ETA

(Euskadi Ta Askatasuna)

ஓர் அறிமுகம்

ETA
(Euskadi Ta Askatasuna)

ஓர் அறிமுகம்

பா. ராகவன்

எழுத்து பிரசுரம்

ETA (Euskadi Ta Askatasuna): Or Arimugam
Author's Name: Pa Raghavan

Published by Ezutthu Prachuram

Ezutthu Prachuram
(An imprint of Zero Degree Publishing)
No. 55(7), R Block, 6th Avenue,
Anna Nagar,
Chennai - 600 040

Website: www.zerodegreepublishing.com
E Mail id: zerodegreepublishing@gmail.com
Phone: 89250 61999

Ezutthu Prachuram First Edition: October 2022
ISBN: 978-93-93882-74-5
TITLE NO EP: 370

Cover Design & Layout: Vijayan

ஒரு குறிப்பு

சர்வதேச தீவிரவாத இயக்கங்களின் நெட் ஒர்க் குறித்த விரிவான ஆய்வு நூலான ‘மாயவலை’யில் *ETA (Euskadi Ta Askatasuna)* ஒரு பகுதியாக இடம் பெற்றது. வாசக வேண்டுகோளுக்கிணங்க அது மட்டும் தனி நூலாக இப்போது வருகிறது.

பொருளடக்கம்

ஓர் அறிமுகம்

மத்தியக் கிழக்கில் ஓர் அல் காயிதா என்றால் ஐரோப்பியக் கண்டத்துக்கு *ETA*. ஸ்பெயினைச் சேர்ந்த இந்த இயக்கம் போராடுவது சுதந்தரத்துக்காக. ஒருநாள், ஒரு வருடப் போராட்டமல்ல. *46* ஆண்டுகளாக நீளும் யுத்தம் அது. சுமார் ஆயிரம் படுகொலைகள், நூற்றுக்கணக்கான குண்டுவெடிப்புச் சம்பவங்கள், கணக்கு வழக்கே இல்லாத ஆள் கடத்தல்கள். மார்க்சிய - லெனினிய சித்தாந்தப் பின்னணி. மாபெரும் போராளிப்படை. உலகமெங்கும் வலுவான நெட் ஒர்க். அச்சமூட்டும் இந்தப் பேரியக்கம் குறித்த விரிவான அறிமுகத்தை இனி காணலாம்.

1

அறிமுகம்

இங்கிலீஷ் தலைப்பைப் பார்த்து பயந்துவிடாதீர். இந்த ஸ்பானிஷ் பெயரைத் தமிழில் எழுதினால் எப்படியும் இரண்டு மூன்று ஸ்பெல்லிங் மிஸ்டேக் வருமென்கிற முன் ஜாக்கிரதை உணர்வுதான் ஆங்கிலத்திலேயே குறிப்பிடவைத்துவிட்டது! தலைப்புதான் நமக்குத் தகராறு தருமே தவிர, ஈ.டி.ஏ. செய்யும் காரியங்கள் தெரியாததல்ல. அதைப் புரிந்து கொள்வது அத்தனை ஒன்றும் சிரமமும் அல்ல. சரி. பெட்டி படுக்கை கட்டிக்கொண்டு ஒரு நடை ஸ்பெயினுக்குப் போவோமா? அங்கேதான் அவர்கள் இருக்கிறார்கள்.

அவர்கள்? ஆம். அவர்கள் என்கிற பொதுப் பெயரில்தான் அழைத்தாகவேண்டும். கிட்டத்தட்ட அரை நூற்றாண்டு காலத்துக்கு மேலாக இருந்து, இயங்கிவரும் இந்த அமைப்பைச் சார்ந்த ஒருத்தர் பெயரையும் உலகம் அறியாது. ஸ்பெயின் போலீஸ் ஸ்டேஷன்கள், உளவுத்துறை ரெக்கார்டுகளில்

இருக்கிற பெயர்களெல்லாம் புனைபெயர்களே. புனைந்துகொண்ட பெயர் அல்லது புனைந்து சூட்டப் பட்ட பெயர்.

அதிரடியாக ஒரு காரியம் பண்ணிவிட்டு பேப்பருக்கு போட்டோ எடுத்துக் கொடுக்கிற வழக்கமெல்லாம் ஈ.டி.ஏவில் கிடையாது. செயல், செயல், செயல் மட்டுமே. முகம் ஒரு பொருட்டே இல்லை. பின்னே, ஒரு நாளில் இருபத்தைந்து மணிநேரம் அரிக்க அரிக்க முகமூடி போட்டுக்கொண்டே இருக்கிறவர்களை வேறென்னவிதமாக எடுத்துக்கொள்ள முடியும்?

அது அங்ஙனமாக இருக்க.

ஸ்பெயினின் தலைநகர் மாட்ரிடில் *(Madrid)* இருக்கிறது அந்தச் சாலை. *Calle Claudio Coello.* ஸ்பானிஷ் பெயர். இதையும் தமிழாக்கினால் தமிழ் அழும். அல்லது ஸ்பானிஷ் அழும். விட்டுவிடுவோம். பெரிய பிரச்னை ஏதுமில்லை.

நான்கு பேர். கல்லூரி மாணவர்களைப் போன்ற தோற்றம். வாட்டசாட்டமாகவே இருந்தார்கள். ஒவ்வொரு அபார்ட்மெண்டாக நின்று நிதானமாகப் பார்த்தார்கள். 104 என்னும் எண் வந்ததும் நின்றார்கள்.

சாம்பல் நிறத் தொப்பி அணிந்த அந்த இளைஞன் கேட்டான்.

‘இந்த அபார்ட்மெண்ட்தானா?’

‘ஆமாம்.’

கதவைத் திறந்து உள்ளே நுழைந்தார்கள். மடக்கு நாற்காலியில் அமர்ந்து வாயை அகலமாகத் திறந்தபடி பரப்பிரம்மமே என்று தூங்கிக்கொண்டிருந்த

வாட்ச்மேனை சொடக்குப் போட்டு எழுப்பினான் ஒருவன்.

'ஓனரைப் பார்க்கணும்.'

அசுவாரஸ்யமாகக் கண் விழித்தார் வாட்ச்மேன். யார் என்ன எதற்கு என்ற அநாவசிய கேள்விகளை எல்லாம் கேட்கவில்லை அவர். ஒரு நாளைக்கு நூறு பேர் வருகிறார்கள். இல்லாத அட்ரஸைக் கேட்டு. அல்லது ஏதாவது டொனேஷன் வேண்டி. எதற்கு வீண் அலட்டல்? நேராக நான்காவது மாடிக்கு அழைத்துக்கொண்டு போய் விட்டுவிட்டார். இங்கேதான் இருக்கிறார், பேசிக்கொள்ளுங்கள்.

பத்தே நிமிடங்கள். பேசி முடித்தார்கள். நாங்கள் ஆராய்ச்சி மாணவர்கள். ஒன்றாக சேர்ந்து குரூப் ஸ்டடி செய்யப்போகிறோம். ஒரு சில மாதங்களுக்கு அறை வேண்டும். என்னது? வாடகை அதிகமாகுமா? பரவாயில்லை. பணம் எங்களுக்குப் பொருட்டல்ல. படிப்புதான் முக்கியம். இத்தனை பேருக்கு அறைகள் இல்லையா? தலைக்கு ஓர் அறை வேண்டியதில்லை ஐயா. ஓர்அறை போதும். குறும்பைப் பார். கன்னத்திலா கேட்டோம். கட்டை சாய்க்க ஓரிடம். அவ்வளவுதான். ஒரு கையில் அட்வான்ஸைக் கொடுத்துவிட்டு, மறுகையில் சாவியை வாங்கிக்கொண்டார்கள்.

மறுநாள் இரவு, ஆளுக்கொரு பெட்டியை உருட்டிக் கொண்டு வந்தார்கள். அபார்ட்மெண்ட்டின் அடித் தளத்தில் இருந்தது அவர்கள் அறை. வேண்டுமென்றே கேட்டு வாங்கியது.

திரைச்சீலையை விலக்கி, ஜன்னலை அகலமாகத் திறந்து வைத்தான் ஒருவன். நான்கைந்து புத்தகங்களை எடுத்து கட்டிலில் பரப்பிவைத்தான் மற்றொருவன்.

எல்லாமே குண்டு குண்டு புத்தகங்கள். ஆய்வாளர்கள் அல்லவா?

'நாளை முதல் நம் வேலை ஆரம்பமாகிறது.'

சமர்த்தாகப் படுத்து தூங்கிப்போனார்கள். பொழுது விடிந்ததும் பல் தேய்த்து, ஹாட் சாக்லேட் டிரிங் சாப்பிட்டுவிட்டு சுறுசுறுப்புடன் பணியை ஆரம்பித்தார்கள். உயர் ரக பைனாகுலர் அதற்குண் டான ஸ்டாண்டில் பொருத்தப்பட்டது. ஜன்னலுக்கு அருகே தள்ளிக்கொண்டு போய் நிறுத்தினார்கள்.

இன்று நீ, நாளை நான். ஷிப்ட் போட்டுக்கொண்டு கண்காணிக்க ஆரம்பித்தார்கள். சுலபமான வேலைதான். ஜன்னலுக்கு அருகே ஒரு நாற்காலியை இழுத்துப் போட்டுக்கொண்டு சாலையில் செல்லும் வாகனங்களை நாள் முழுக்க கொட்டக் கொட்ட பார்த்துக்கொண்டே இருக்கவேண்டும். கைக்கு எட்டும் தொலைவில் ஒரு கூடை. முழுக்க முழுக்க நொறுக்குத் தீனி. பாட்டுக் கேட்க அனுமதி உண்டு. அவ்வளவுதான். மற்றபடி, மூச்சா போகவேண்டும் என்றால் கூட, ஒருத்தரை உட்கார வைத்துவிட்டுதான் ஒதுங்கவேண்டும்.

அவர்களுக்கு இடப்பட்ட உத்தரவு இதுதான். ஜாலியாக, ஃப்ரீயாக இருங்கள். வேளாவேளைக்குச் சாப்பிடுங்கள். சாலையில் போகும் எல்லா வாகனங்களையும் நன்றாக ஆராயுங்கள். நமக்குத் தேவை, ஒரே ஒரு கார். லூயி கரீரோ பிளான்கோவின் கார். (*Luis Carrero Blanco*). எத்தனை முறை அந்த கார் இந்தச் சாலையைக் கடந்து செல்கிறது? வாரத்துக்கு எத்தனை முறை? மாதத்துக்கு எத்தனை முறை? ஒரு நாளைக்கு எத்தனை முறை? எந்தெந்த நேரத்தில்? வண்டியில் எத்தனை பேர் இருக்கிறார்கள்? முன் சீட்டில் யார்? பின் சீட்டில் யார்?

அவர்கள் கமாண்டோக்கள். சிகியா *(Txikia)* என்பது அவர்களுக்கு வழங்கப்பட்ட கோட் நேம். தலைமை அலுவலகத்திலிருந்து வரும் உத்தரவுகள் அனைத்தும் இந்தப் பெயரில்தான் வந்துசேரும். என்ன உத்தரவு வரும், எங்கிருந்து வரும் என்றெல்லாம் அவர்களுக்குத் தெரியாது. கொடுக்கும் வேலையை சிரத்தையுடன் செய்து முடிப்பதற்கு மட்டுமே அவர்களுக்கு அனுமதி வழங்கப்பட்டிருந்தது. அவர்கள் யோசிக்கக்கூடாது. அவர்களுக்கும் சேர்த்து தலைமைச் செயலகம் யோசித்துவிடும்.

மேலோட்டமாகப் பார்க்கும்போது, சுலபமான வேலையாகத் தோன்றினாலும் இப்போது அவர் களுக்கு அளிக்கப்பட்டிருக்கும் அஸைன்மெண்ட் மிகவும் ரிஸ்க்கானது. இந்தா ஃபோட்டோ, சுட்டுத் தள்ளிவிட்டு வா என்று சொன்னால் செய்துவிடலாம். சட்டுபுட்டென்று சுட்டு முடித்துவிட்டு ஓடிவந்து விடலாம். ஆனால், வேவு பார்ப்பதில் ஆபத்து அதிகம். சம்பந்தப்பட்ட நபர் கொஞ்சம் பெரிய ஆளாகப் போய்விட்டால் ரிஸ்க் ஃபாக்டர் எக்கச்சக்கசக்கம்.

ராக்கோழிபோல் கண் விழித்து வேலை செய்தார்கள். அட்டவணை ஒன்று தயாரானது. கடிதம் ஒன்றை எழுதி தலைமைக்கு அனுப்பி வைத்தார்கள். ஒரு நாளைக்கு இத்தனை முறை அவர் கார் சாலையைக் கடந்து போகிறது. டிரைவர். உடன் ஒரு பாடிகார்ட். அவ்வளவுதான். அந்த கார் தினமும் எங்கே போகிறது என்பதையும் கண்டுபிடித்துவிட்டோம். *San Francisco de Borja* என்னும் தேவலாயத்துக்கு. வேறு தகவல்கள் வேண்டுமா? எழுதிப்போட்டுவிட்டுக் காத்திருந்தார்கள்.

போரடித்தது. அங்கே இங்கே சுற்றினார்கள். ஒன்றி ரண்டு படம் பார்த்தார்கள். நிறைய புகைத்தார்கள்.

புதிய மது வகைகளை தேடித்தேடி அருந்தினார்கள். இடையில் ஒன்றிரண்டு முறை அந்த அபார்ட்மெண்ட் ஓனர் அறைக்கு வந்தார். தம்பிகளா, இடம் வசதியாக இருக்கிறதா? கூட்டிப் பெருக்க வேலையாள் வருகிறாரா? காற்று வருகிறதா? ஃபேன் சுத்துகிறதா? மூட்டைப்பூச்சி கடிக்கவில்லையே?

ஒரு சில தினங்களில் கூரியர் வந்து சேர்ந்தது. அட்டவணை நன்றாக இருக்கிறது. கூடுதல் தகவலுக்கு நன்றி. தொடர்ந்து அதே அபார்ட்மெண்ட்டில் தங்கிக் கொள்ளுங்கள். யாருக்கும் சந்தேகம் வரவேண்டாம். அடுத்த சில மாதங்களுக்கு நீங்கள் செய்ய வேண்டியது இதைத்தான். *San Francisco de Borja* தேவாலயத்துக்குச் செல்லும் வழியில் குறிப்பிட்ட இடத்தில் ஒரு பெரிய பள்ளத்தைத் தோண்டவேண்டும். அதாவது சுரங்கப்பாதை. புரிந்ததா?

அவர்களுக்குப் புரியவில்லை. காரைக் கண்காணிக்கச் சொன்னார்கள். ஓகே. அநேகமாக லூயி கரீரோவின் தலைக்குக் குறிவைத்திருப்பார்கள். வழியில் போட்டுத்தள்ளுவதுதான் திட்டமாக இருக்கும். சரி. ஆனால் பள்ளம் எதற்குத் தோண்டவேண்டும்? கொன்றபின் புதைக்கவா? நட்டு நடு ரோடிலா? தெரியவில்லை. தெரியவேண்டியதுமில்லை.

மேப்பை எடுத்து பாக்கெட்டில் சொருகிக்கொண்டு கிளம்பினார்கள். சிவப்பில் வட்டமிடப்பட்ட அந்தப் பகுதியை நெருங்கினார்கள். நம் ஊர் சாலைகள் போன்றதல்ல மாட்ரிட் நகரச் சாலைகள். நினைத்த மாத்திரத்தில் நினைத்த இடத்தில் கடப்பாறையைக் கொண்டு போய்க் கொத்த முடியாது. கேபிள் டிவி போடுகிறோம், கட் அவுட் வைக்கிறோம், ஆளுங்கட்சி மீட்டிங் என்று சாக்குபோக்கு சொல்ல முடியாது.

தினமும் அந்தச் சாலைக்கு வந்தார்கள். அருகில் இருந்த காஃபி ஷாப்பில் மணிக்கணக்கில் உட்கார்ந்து கதையடித்தார்கள். கவனம் காபியில் அல்ல; அந்தச் சாலையில்.

ஒரு வழி கிடைத்தது. வட்டமிடப்பட்ட பகுதிக்கு நேர் எதிரே இருந்த வீட்டை நெருங்கினார்கள்.

'நாங்கள் மாணவர்கள். சிறப்பக்கலை படித்துக் கொண்டிருக்கிறோம். உங்கள் உதவி தேவை!'

'சொல்லுங்கள்.'

'கலை, கலை என்று இத்தனை காலம் என்னென்னவோ செய்துவிட்டோம், போரடிக்கிறது. உருப்படியாக ஒரு காரியம் செய்யலாம் என்று உத்தேசம். இந்தப் பகுதியில் ஒரு சப்வே அமைக்கலாம் என்று திட்டம். அதற்கு முன்னால் பெரிய பள்ளம் ஒன்றை இங்கே தோண்டவேண்டும். நாளை தொடங்கி நாங்கள் இங்கே வந்து வேலை செய்யப்போகிறோம். ஆட்சேபணை ஏதும் இல்லையே!'

'ச்சேச்சே. நல்ல காரியம்தானே.'

ஒதுங்கிக்கொண்டார் அவர். பகுதிவாசிகளிடம் பேசினார்கள். இதே காரணம்தான். எல்லோரிடமும் சொன்னார்கள். அரசாங்கத்தின் ஒப்புதல் இருக்கிறது என்றார்கள். எந்தவித பிரதி உபகாரத்தையும் எதிர்பார்க்காமல் செய்யும் பணி என்று சொல்லிவிட்டு அடக்கமாகக் கைகளைக் கட்டிக்கொண்டார்கள்.

அவ்வளவாகப் பயன்படுத்தப்படாத சாலையாக அது இருந்தது அவர்களது அதிர்ஷ்டம். லோக்கல் போலீஸ் மற்றும் கார்ப்பரேஷன் மற்றும் நெடுஞ்சாலைத் துறையின் அனுமதி இருக்கிறதா? எதற்கு இங்கு

சப்வே? அதற்கு இப்போது என்ன அவசரம்? என்றெல்லாம் யாரும் அவர்களைக் கேட்காமல் விட்டது கூடுதல் அதிர்ஷ்டம். சந்தேகம் வந்து கேட்கத் தொடங்குவதற்குள் உலகமே அழிந்தாலும் அழியலாம், அவர்களுக்கே விடிந்தாலும் விடியலாம்.

நகர வேலையாள்கள் பயன்படுத்தும் யூனிஃபார்மை தேடிப் பிடித்து வாங்கிக்கொண்டார்கள். கடைத் தெருவுக்குச் சென்று தேவைப்படும் உபகரணங்களை வாங்கிக்கொண்டார்கள். கொத்துவதற்கு, கிளறு வதற்கு, கொண்டு போய் கொட்டுவதற்கு.

அடுத்த ஐந்து மாதங்களுக்கு தொடர்ந்து தோண்டிக்கொண்டே இருந்தார்கள். டென் டு ஃபைவ். சில நாள்கள் ஓவர்டைம். கொத்து, கொத்து என்று கொத்திக்கொண்டே இருந்தார்கள். பத்து மணிக்கு காபி அல்லது டீ. மதியம் சாண்ட்விச். சாயந்திரம், கொறிக்க கொஞ்சம் போல் ஏதாவது. போதும். அதிகம் சாப்பிட்டால் தூக்கம் வரும். தூக்கம் வந்தால் தோண்ட முடியாது. நெற்றி வியர்வை நிலத்தில் சிந்தத் தோண்டினார்கள். எம்பெருமான் வராக அவதாரம் எடுத்து, கடலுக்கடியில் குடைந்து சென்றபோதுகூட அத்தனை பாடு பட்டிருக்க முடியாது.

ஸ்பெயின் தேசத்தின் சிம்மசொப்பனமாக இந்த நிமிடம் வரை நீடிக்கும் *ETA* தோண்டிக்கொண்டிருந்த பள்ளம் அது.

இந்த இடத்தில் ஒரு பேரா அறிமுகம் பண்ணிக் கொண்டு விடலாம். ஐ.நா., ஐரோப்பிய ஒன்றியம், அமெரிக்கா மூன்றும் ஒன்று சேர்ந்து தடை செய்த அதிபயங்கரவாத அமைப்பு இது. ஸ்பெயினின் ஆளுகைக்கு உட்பட்ட தன்னாட்சி அதிகார மாநிலமான பாஸ்க் பிராந்தியத்தைத் தனி

தேசமாக்கும் கனவு. அகிம்சை வழியில் மட்டுமே போராடவேண்டும். பூச்சி, புழுவுக்குக்கூட சேதம் ஏற்படுத்தக்கூடாது என்னும் உயர்ந்த நோக்கத்துடன் தொடங்கப்பட்ட அமைப்பு. எல்லாம் கொஞ்ச காலத்துக்குத்தான். பிறகு, பூச்சி, புழுக்களைத் தவிர அனைத்து ஜீவராசிகளையும் பக்காவாக நசுக்கிக்கொல்ல ஆரம்பித்தார்கள்.

பெரிய எம்.என்.சிக்களுக்கு நிகராக பளபளவென்று லோகோ எல்லாம் வடிவமைத்து வைத்திருக்கிறது *ETA*. வெறும் லோகோ மட்டுமல்ல அது. அவர்களது பிரகடனமும் அதுவேதான். ஒரு சுத்தியல். அந்தச் சுத்தியலைச் சுற்றி, ஒரு பாம்பு. சுத்தியல் என்பது அரசியல். அதாவது அவர்கள் கோரிக்கை. பாம்பு, ஆயுதப் போராட்டத்துக்கான சிம்பல். ஆயுதத்தை வைத்துக்கொண்டு அரசியலில் ஒரு கலக்கு கலக்கவேண்டும் என்பதாகப் பொருள் கொள்ளவேண்டும். சத்யமேவ ஜெயதே போல் அவர்களுக்கும் ஒரு மோட்டோ உண்டு. *Bietan jarrai*. என்றால், இரண்டிலும் ஜெயிப்போம் என்று பொருள்.

சுத்தியல்? அரசியல்? எங்காவது பொறி தட்டுகிறது? தட்டினால், நீங்கள் நினைத்தது சரி. தன்னை ஒரு மார்க்ஸிய-லெனினிய அமைப்பு என்றுதான் அழைத்துக்கொள்கிறது ஈ.டி.ஏ.

அது சரி, அந்தப் பள்ளம் தோண்டினார்களே, அது யாருக்கு?

ஒன்றும் பிரமாதமில்லை. ஓர் அரசாங்க உத்யோகஸ் தருக்காகத் தோண்டப்பட்ட பள்ளம் அது.

அவரைப் பிரதம மந்திரி என்று எல்லாரும் சொல்வார்கள்.

2

தேவனுக்கு அருகே போ!

பள்ளம் தோண்டி அதில் மண்ணை இட்டு நிரப்பி, கொஞ்சூண்டு இடத்தை மட்டும் பள்ளமாகமாவே விட்டுவிட்டுக் கிளம்பிவிட்டார்கள் அந்த இளைஞர்கள். அவர்கள் பணி அத்தோடு முடிவடைந்துவிட்டது. நேராக அபார்ட்மெண்டுக்கு வந்தார்கள். கேட்பாரற்று தேமேவென்று கட்டிலில் தலைகுப்புற விழுந்துகிடந்த குண்டு புத்தகங்களை அள்ளிப்போட்டுக்கொண்டார்கள். ஒரு துண்டு சிகரெட் கூட தரையில் இல்லாதபடி, அறையை சுத்த மாகக் கழுவினார்கள். நல்ல பிள்ளையாக ஓனரிடம் சாவியை ஒப்படைத்து கைகுலுக்கி முடித்ததும், ஜூட்.

பள்ளம் கொஞ்ச நேரம் அப்படியே இருக்கட்டும். சீக்கிரம் பரலோக பிராப்தியடையப் போகிற அந்த பாவப்பட்ட அரசாங்க உத்யோகஸ்தரை சந்தித்து விடுவோம்.

லூயி கரீரோ பிளான்கோவுக்கு *(Luis Carrero Blanco)* எழுபது வயது. பிரதம மந்திரி பதவிக்கு வந்து ஆறு மாதங்கள் மட்டுமே பூர்த்தியாகியிருந்தன.

ஸ்பெயினின் முந்தைய ராணுவ ஆட்சியாளர், ஃபிரான்ஸிஸ்கோ ஃப்ராங்கோவின் ஜிகிரி தோஸ்த். ஃப்ராங்கோவின் நல்லாசியுடன் கப்பல் படை தலைமை அதிகாரியாகப் பணியாற்றியிருக்கிறார். வேலையில் படு சுத்தம். இரண்டாவது உலகப்போர் வெடித்தபோது, ஸ்பெயின் நாஜி ஜெர்மனியுடன் கூட்டுச் சேரக்கூடாது என்று ஒற்றைக்காலில் நின்றவர்.

கரீரோ பிளான்கோவுக்கு மிகவும் பிடித்த விஷயம் தேவாலயத்துக்குப் போவது. கர்த்தரே என்னைக் காப்பாய் என்று மண்டியிட்டு கண்களில் நீர் கசியப் பிரார்த்தனை செய்வது. அலுவலகத்துக்குப் போகிறாரோ இல்லையோ, *San Francisco de Borja* தேவாலயத்துக்குப் போகாமல் ஒரு நாளும் இருந்ததில்லை அவர். பக்தி என்றால் பக்தி அப்படியொரு பக்தி. சிலுவை படம் ஸ்டிக்கர் ஒட்டிய பெட்டியை அவரருகே கொண்டு சென்று குலுக்கினால், கோட் பாக்கெட்டில் கையைவிட்டு கிடைக்கும் பணத்தை அப்படியே அள்ளி தந்துவிடுவார். பக்திமான் மட்டுமல்ல; பரோபகாரி.

பிடிக்கவே பிடிக்காத விஷயம் கம்யூனிஸம். காரல் மார்க்ஸ், மூலதனம், கருத்து முதல், பொருள் முதல் என்று தொடங்கினால் போதும், முதல் ஆளாக எழுந்து போயே போய்விடுவார். பேசுபவரின் பக்கம்கூடத் தலைவைத்துப் படுக்கமாட்டார்.

கரீரோ பிளான்கோவின் பக்தியைத்தான் ஈ.டி.ஏ. தனக்குச் சாதமாகப் பயன்படுத்திக் கொண்டது. மகனே, தேவலாயத்துக்கா போகிறாய்? இரு இரு, உன்னை பரலோகத்துக்கே அனுப்பி வைக்கிறேன். ஆகவே, அந்த நான்கு பேர். ஆகவே, அந்தப் பள்ளம்.

திட்டம் போட்டு ஆள்களை அனுப்பினார்கள். பள்ளம் ரெடி. அடுத்து, உள்ளே வைப்பதற்கான வெடிபொருள்.

இந்த இடத்தில் ஒரு விஷயம். ஈ.டி.ஏ.வுக்கும் வெடிகுண்டுகளுக்கும் அப்படி ஒரு பூர்வ பந்தம். மாதத்துக்கு ஒரு முறையாவது ஏதாவதொரு இடத்தில் எதையாவது வெடிக்க வைத்து வேடிக்கை பார்ப்பதில் அவர்களுக்கு அலாதி இன்பம். சிதறுவது கட்டடமாக இருக்கலாம். பூங்காவாக இருக்கலாம். தேவைப்படாத மனிதர்களாக இருக்கலாம். டார்கெட் எதுவோ அது வெடிக்கவேண்டும், சிதறவேண்டும். துல்லியமாக. ஜாப் சேடிஸ்ஃபேக்ஷன் அதி முக்கியம்.

இரண்டு நிமிடங்களில் சேமியா உப்புமா செய்வது என்ன பிரமாதம்? ஒரே நிமிடத்தில் தேவைப்படும் வெடிமருந்துகளைத் தருவிக்கும் திறன் ஈ.டி.ஏ.வுக்கு உண்டு. தேடும் வெடி உலகின் எந்த மூலையில் இருந்தாலும் சரி. ஒரு ஃபோன். அல்லது ஒரு எஸ்ஸெமெஸ். சொன்ன தேதிக்கு, சொன்ன நேரத்துக்குக் கூரியர் வந்துவிடும். பின்னாளில் வீட்டிலிருந்தே சேமியா உப்புமாவுக்கான சேமியா தயாரிப்பது எப்படி என்கிற புத்தகத்தைப் படித்து இருக்குமிடத்திலிருந்தே தேவையான வெடி பொருள்களை அவர்களே தயாரிக்கவும் தொடங்கிவிட்டார்கள்.

மேற்படி சம்பவம் நடந்த காலத்தில் அத்தனை தொழில் தேர்ச்சி இல்லாத காரணத்தால், அரசாங்கக் கிடங்கிலிருந்தே வெடி மருந்தைக் களவாடிக்கொண்டு வந்துவிட்டார்கள். மொத்தம் 80 கிலோ. தீவிரவாதிகளை அழித்தொழிப்பதற்காக அரசாங்கம் சேமித்து வைத்திருந்த வெடிமருந்து.

அதே வெடிமருந்தை வைத்து அந்த தேசத்துப் பிரதம மந்திரியை சிதறடிக்க விரும்பியது ஈ.டி.ஏ. கொல்வது என்று முடிவெடுத்தாகிவிட்டது. கொஞ்சம் த்ரிலிங்காகக் கொன்றால் காலாகாலத்துக்கும் சரித்திரத்தில் நிற்கலாம் அல்லவா? அதான்.

அடுத்து, கொண்டு வந்த வெடிமருந்தை அதற்கென்று ஒதுக்கப்பட்டிருந்த குட்டிப் பள்ளத்தில் இட்டு நிரப்பும் பணி. இது மட்டும்தான் பாக்கி. முன்னர் அனுப்பிய கமாண்டோக்களைத் திரும்பப் பெற்றுக்கொண்டு புதிதாக மூன்று பேரை மாட்ரிடுக்கு அனுப்பி வைத்தார்கள்.

நால்வர் அணி விட்டுச்சென்ற இடத்திலிருந்து மூவர் அணி வேலையை ஆரம்பித்தது. பள்ளத்துக்கு நேர் எதிரே இருந்த அபார்ட்மெண்டுக்குள் நுழைந்தார்கள். ஓனரைச் சந்தித்துப் பேசினார்கள்.

‘ஒரு சில தினங்கள் இங்கே தங்கிக்கொள்ள விரும்புகிறோம். இடம் கிடைக்குமா?’

‘அதற்குத்தான் ஹோட்டல்கள் இருக்கிறதே.’

‘என்னதான் இருந்தாலும் வீட்டில் தங்குவது போல் வருமா? தவிரவும், நாங்கள்தங்கப்போவது என்னவோ சில நாள்களுக்குத்தான் என்றாலும், முழு மாத வாடகையும் தரத் தயாராகவே இருக்கிறோம். நிம்மதி. வாழ்க்கையில் நிம்மதிதானே ஐயா முக்கியம்.’

‘அப்படியா? சரி.’

ஒரு மாத வாடகை என்னும் தேவதையிடம் மயங்கியபடி அவர்களை ரூமுக்கு அழைத்துச்சென்று சாவிக்கொத்தைக் கையில் திணித்தார் அந்த தத்தி ஓனர்.

‘பை தி வே, நீங்கள் என்ன வேலை செய்கிறீர்கள்?’

‘நாங்கள் எலெக்ட்ரீஷியன்கள்.’

அவர்கள் சொன்னது பகுதி அளவில் நிஜம். அவர்களிடம் ஸ்க்ரூ ட்ரைவர் இருந்தது. டெஸ்டர் இருந்தது. வயர், ஆணி, சுத்தியல் எல்லாமே இருந்தது. கூடவே, வெடிகுண்டும் அதற்கான ரிமோட் கண்ட்ரோலும்.

ராவோடு ராவாகக் கதவைத் திறந்து வெளியில் சென்று எண்பது டன் வெடி மருந்தைப் பள்ளத்தில் கொட்டினார்கள். வயர் சமாசாரங்கள் பொருத்தப்பட்டன. பள்ளத்தை மூடி வைத்துவிட்டு, அறைக்குத் திரும்பிவிட்டார்கள். ரிமோட் அவர்கள் கையில். ஜன்னல் அருகே நாற்காலியைத் தள்ளிப்போட்டுக்கொண்டு காத்திருக்கவேண்டும். பிரதம மந்திரியின் கார் கடந்துசெல்லும் சமயம், பொத்தானை அழுத்தினால் போதும்.

டிசம்பர் *20, 1973*. கரீரோ பிளான்கோ தயாரானார். கோட், சூட், டை. கையில் ஒரு டைரி. டைரிக்குள் ஒரு பேனா. கூடவே, டைப் செய்யப்பட்ட சில காகிதங்கள். காரில் ஏறி அமர்ந்தார் கரீரோ பிளான்கோ. தயாராக இருந்த பாடிகார்ட் முன் சீட்டில், டிரைவருக்கு அருகில் அமர்ந்துகொண்டார்.

‘ம், நேராக ஆபிஸ் போகலாம்.’

டிரைவர் வண்டியை ஸ்டார்ட் செய்தார். டைரி கம் ஆர்கனைஸரைப் பிரித்து மேய்ந்தார் கரீரோ பிளான்கோ. அன்றைய தினம் அவர் என்னென்ன செய்யவேண்டும் என்பதை நேர வாரியாக அவர் செகரட்டரி டைப் செய்து கொடுத்திருந்தார்.

கண்களை மேயவிட்டார் கரீரோ. என்னனென்னவோ மீட்டிங். எதைப்பற்றியெல்லாமோ விவாதங்கள். வண்டி வண்டியாக நிறைய கோப்புகள் தேங்கிக் கிடக்கின்றன. அவற்றுள் முக்கியமான சில ஆவணங்களுக்கு இன்றே முடிவெடுத்தாகவேண்டும். கையெழுத்தும் போட்டாகவேண்டும்.

நெற்றியைக் கீறிக்கொண்டார் கரீரோ. செய்தித்தாளை விரித்தார். எடிட்டோரியல் பத்தியை மேய்ந்தார். ஈ.டி.ஏ. கொட்டை எழுத்தில் இருந்தது அந்தப் பெயர். வழக்கமான புலம்பல்கள்தாம். ஸ்பெயின் தேசத்துத் தலையாய தலைவலி. தகர்த்து எறிய வேண்டிய தீவிரவாத இயக்கம். இந்த ஆண்டு மட்டும் அவர்கள் நிகழ்த்திய குண்டுவெடிப்புகள் 80. அரசாங்கத்தின் மீது கடுமையான அதிருப்தியில் இருக்கிறார்கள். அரசாங்கம் என்ன செய்யப்போகிறது?

அரசாங்கம் என்ன செய்யப்போகிறது? இப்படித்தான் முடிகிறது ஒவ்வொரு எடிட்டோரியலும். புத்தி ஜீவிகளும் மேதாவிகளும் எத்தனையோ கட்டுரைகளை எழுதிவிட்டார்கள். எத்தனையோ விவாதங்களை நிகழ்த்திவிட்டார்கள். பக்கம் பக்கமாக, பல ஆய்வுக் கட்டுரைகளை எழுதித்தள்ளிவிட்டார்கள். புரட்டிப் பாருங்கள். இறுதியில், இந்த ஒற்றை வரி நிச்சயம் இருக்கும். அரசாங்கம் என்ன செய்யப்போகிறது?

கரீரோ பிளான்கோவுக்குப் புரியவில்லை. என்ன செய்யவேண்டும் என்று எதிர்பார்க்கிறார்கள் இவர்கள்? உட்கார வைத்து டீ, பிஸ்கெட் கொடுத்து பேச்சுவார்த்தையா நடத்த முடியும்? நடத்தலாம். சம்மதமே. ஆனால் வரக்கூடியவர்களா அவர்கள்? உங்கள் கோரிக்கை என்ன என்று கேட்கவேண்டிய அவசியமே இல்லை. தனி பாஸ்க் *(Basque)* தேசம்.

அதே பல்லவி. என்ன செய்ய முடியும்? தூக்கிக் கொடுத்துவிட முடியுமா?

கம்யூனிஸ்டுகள் என்கிறார்கள். காரல் மார்க்ஸ் என்கிறார்கள். கேட்டால் வர்க்கப் போராட்டம் என்பார்கள். அடக்குமுறை, எதேச்சதிகாரம் இன்னும் என்னென்னவோ பதங்களை எல்லாம் பயன்படுத்திப் பந்தாடுவார்கள். என்ன செய்ய முடியும் அவர்களை?

தலை வலித்தது கரீரோ பிளான்கோவுக்கு. டிரைவரை அழைத்தார்.

'அலுவலகம் வேண்டாம். தேவாலயத்துக்குப் போ!'

வண்டியை லாகவமாக நிறுத்தி, திசையை மாற்றினார் அந்த டிரைவர். வண்டி வேகம் பிடித்தது.

மற்றொருபுறம், அந்த மூவர் அணி தயாராக இருந்தது. வறுகடலையோ சிப்ஸோ ஏதோ வொன்றை மென்று கொண்டிருந்தார்கள். ஜன்னலுக்கு அருகே ரிமோட். அட்டவணைப்படி, தானைத்தலைவர் இந்நேரம் அலுவலகத்துக்குச் சென்றுகொண்டிருப்பார். வேலை முடிந்ததும், தேவாலயம் போகலாம். எதற்கும் விழிப்புடன் இருக்க வேண்டியது அவசியம்.

ஏதோ கதை பேச வாய் திறந்த அதே சமயம், அந்தக் கார் சீறிப்பாய்ந்து சென்றது. ஒரு விநாடிக்கும் குறைவான நேரத்தில் அதைக் கண்டுகொண்டான் ஒருவன். கட்டளையிடக் கூட நேரமில்லை. பாய்ந்து சென்று ரிமோட்டை எடுத்தான். மற்றவர்கள் மனத்துக்குள் ஒன்று, இரண்டு, மூன்று என்று எண்ணத் தொடங்கினார்கள்.

கரீரோ பிளான்கோவின் கார் அந்தப் பள்ளத்தை நெருங்குவதற்கும், அவர்கள் ரிமோட்டை இயக்குவதற்கும் சரியாக இருந்தது.

படாரென்று வெடித்துச் சிதறியது அந்தக் கார். பிரதேசமே கிடுகிடுக்கும்படியான சத்தம். அபார்ட்மெண்ட்களில் தங்கியிருந்தவர்கள் அலறியடித்துக்கொண்டு வெளியில் பாய்ந்து வந்தார்கள்.

தரைக்கு மேலே, மேலே ராக்கெட் போல் இன்னமும் பறந்துகொண்டிருந்தது அந்தக் கார். இருபது மீட்டர் உயரத்துக்கு எழும்பியபிறகு, அருகிலிருந்த ஐந்து மாடிக் கட்டடம் ஒன்றின் மீது அப்படியே நெருப்புப் பந்தாக விழுந்தது.

காரிலிருந்து வெடித்துச் சிதறிய ஒரு பகுதி கரீரோ போவதாக இருந்த *San Francisco de Borja* தேவாலயத்தின் கூரை மீது விழுந்தது.

புகை. அலறல். பீதி. குழப்பம்.

தீயணைப்பு வண்டிகளும், ஆம்புலன்ஸும் விரைந்து வந்தன. பிரதம மந்திரி எங்கே? பாடிகார்ட், டிரைவர் இருவரது உடலும் கருகிக்கிடந்தன. ஆச்சரியம். கரீரோ பிளான்கோ உயிருடன்தான் இருந்தார். பேச்சு மூச்சற்றுக் கிடந்தார். முகத்தில் ரத்தம். உடலெல்லாம் ரத்தம். ஆனால் சுவாசம் நின்றுபோகவில்லை.

கூட்டத்தைக் கட்டுப்படுத்துவதற்குள் போதும் போதுமென்றாகி விட்டது. அவசர அவசரமாக கரீரோ பிளான்கோவை அள்ளிப்போட்டுக்கொண்டு விரைந்தது ஆம்புலன்ஸ். ஆஸ்பத்திரி போய் சேர்வதற்கும் கரீரோ இறந்துபோவதற்கும் சரியாக இருந்தது.

౩

நவரா நாயகர்கள்

உஸ்காடி தா அஸ்கதாஸுனா என்கிற *ETA*வின் முழுப்பெயரை முதலும் கடைசியுமாக இந்த இடத்தில் சொல்லிவிடுவோம். ரிப்பீட் பண்ணுகிற பட்சத்தில் ஹாரிஸ் ஜெயராஜ் பல்லவிக்கு சுட்டுவிடும் அபாயம் இருக்கிறது. ஸ்பெயினில் தன்னாட்சி அதிகாரம் பெற்ற, பாஸ்க் மொழி பேசும் மெஜாரிடி மக்கள் வசிக்கும் பிராந்தியத்தில் பிறந்து வளர்ந்த இயக்கம்.

ஐரோப்பிய அரசியல் செட்டப்புகள் நமக்கு மிகவும் புதிதாக இருக்கும். அதான் தன்னாட்சி அதிகாரம் இருக்கிறதே, அப்புறம் எதற்கு இவர்கள் ஆயுதம் தூக்குகிறார்கள் என்று கேட்கக்கூடாது. அடிமைப்பட்டிருந்தால் தன்னாட்சி அவசியம். தன்னாட்சி இருந்தால் சுதந்தரம் அவசியம். சுதந்தரமும் இருந்தால் சொகுசு முக்கியம். அதுவும் அமைந்துவிட்டால் அப்புறம் ரொம்ப போரடிக்கும். யாரையாவது போட்டு நாலு சாத்து சாத்தலாம் என்று தோன்றும்.

அது கிடக்கட்டும் அமெரிக்க லாஜிக். நாம் விஷயத்துக்கு வருவோம். ஐரோப்பாவின் தென் கிழக்குக் கோடியில் ஆப்பிரிக்காவின் தலையில் இருக்கிற மொராக்கோவை முத்தமிடுகிற போஸில் இருக்கிற தேசம் ஸ்பெயின். பாராளுமன்ற முடியாட்சி அமலில் இருக்கிறது. ஜான் கார்லோஸ் ஒண்ணு என்பவர் மன்னராக கிரீடம் அல்லது தொப்பி தரித்து இருக்கிறார். ஜோஸ் ரோட்ரிக்வஸ் ஸபாட்ரோ *(Jose Rodreguez Zapatero)* என்பவர் அதிபர். *1986* ஜனவரியில் ஐரோப்பிய யூனியனில் இரண்டறக் கலந்த ஸ்பெயினில் சுமார் நாற்பத்தைந்து கோடி பேர் வசிக்கவும் வாழவும் செய்கிறார்கள்.

நல்ல சௌக்கியமான பூமி. மன்னர்களும் சர்வாதிகாரிகளும் மாற்றி மாற்றி ஆண்டாலும் மக்கள் நலனுக்கு எல்லாக் காலத்திலும் முக்கியத்துவம் கொடுத்துவந்திருக்கும் தேசம் அது. கிட்டத்தட்ட ஐம்பது லட்சம் சதுர கிலோமீட்டர் நிலப்பரப்பு. மக்கள் தொகை, மொழி, கலாசாரப் பின்னணி, இனம் இன்னபிற அத்தியாவசியங்களின் அடிப்படையில் மொத்த தேசத்தைப் பதினேழு பகுதிகளாகக் கூறு போட்டு தன்னாட்சி அதிகாரம் கொடுத்துவிட்டார்கள்.

சட்ட திட்டங்களெல்லாம் அந்தந்த மாகாண சட்டமன்ற வரம்புக்குட்பட்டதுதான். ஒரு மரியாதைக்கு மத்திய அரசுக்கு ஃபைல் அனுப்பினால் போதும். மத்திய நாடாளுமன்றத்தில், ஒவ்வொரு மாகாணத்துக்கும் உரிய பிரதிநிதித்துவம் உண்டு. தலைநகர் மாட்ரிடுக்கு சபை கூடும் காலங்களில் போய் வருவதற்கு முதல் வகுப்பு ரயில், விமான டிக்கெட் சௌகரியங்கள் கொடுப்பார்கள். போய் வெளிநடப்பு செய்துவிட்டு வந்துவிடலாம்.

ஒரு காலத்தில் நிறைய சண்டையெல்லாம் போட்டு, பிரிட்டனுக்குப் போட்டியாக உலகமெல்லாம் காலனிகள் அமைத்து ஆண்ட தேசம்தான். இருபதாம் நூற்றாண்டுக்குப்பிறகுஆடிஅடங்கும்வாழ்க்கையடா என்று அடக்கிவாசிக்க ஆரம்பித்தார்கள். நாடு பிடிக்கும் வெறி அடங்கிய வினாடியே, தன்னிறைவு நோக்கிய பயணம் ஸ்பெயினில் தொடங்கிவிட்டது.

இந்த நாடு பிடிக்கும் வெறி அடங்குவதற்குக் காரணமாக இருந்தது, இரண்டாம் உலகப்போருக்கு முன்னால் ஸ்பெயினில் நடைபெற்ற ஓர் உள்நாட்டு யுத்தம். இரண்டாம் உலகப்போரின் வாசல் என்றே அந்த யுத்தத்தைச் சொல்வோர் உண்டு. ஸ்பெயின் ராணுவத்தில் ஒரு பகுதியினருக்கும் ஸ்பெயின் அரசுக்கும் இடையில் ஏற்பட்ட போர் அது. மக்கள் இரண்டு தரப்புக்கும் ஆதரவாகப் பிரிந்து நின்றார்கள். அடித்துக்கொண்டார்கள். 1936 முதல் 39 வரை நீடித்தது யுத்தம். ஆட்சியில் இருந்தவர்களுக்கு சோவியத் யூனியன் ஆதரவு கொடுத்தது. புரட்சியாளர்களுக்கு ஜெர்மனியும் இத்தாலியும் நேசக்கரம் நீட்டின.

இறுதியில் புரட்சியாளர்கள் யுத்தத்தில் வெற்றி பெற்று ஒரு ராணுவ ஆட்சியை அமைத்தார்கள். ஃப்ரான்ஸிஸ்கோ ஃப்ராங்கோ என்பவர் ஸ்பெயினின் சர்வாதிகாரியாகப் பதவியில் அமர்ந்தார்.

அக்கரைக்கு இக்கரைப் பச்சை. ஆனால் எந்தப் பச்சையும் ரொம்ப நாள் தாங்காது; போரடித்துவிடும் என்பது சரித்திரம். மிகுந்த கஷ்டகாலங்களையெல்லாம் கடந்து, ஸ்பெயின் ஒருவாறு அமைதி கொண்டு ஜீவிக்க ஆரம்பித்தது 1955க்குப் பிறகுதான். அதற்கு முன்னால் இரண்டாம் உலக யுத்தத்துக்குப் பிறகு நாயடி பேயடி பட்டு

அரசியல் வலுவும் இல்லாமல் பொருளாதார பலமும் இல்லாமல் பஞ்சத்தில் அடிபட்ட பரதேசியாகியிருந்தது. ஐ.நாவில் ஸ்பெயினை உள்ளே சேர்த்துக்கொள்ளக்கூட மாட்டேன் என்று சொல்லிவிட்டார்கள்.

அப்புறம் 1960ம் வருஷம் ஐபீரியன் பகுதியில் அமெரிக்காவுக்கு ஒரு ராணுவத்தளம் அமைக்க ஒத்துழைப்பு கொடுத்து, கொஞ்சம் சொத்து சேர்த்தார்கள். அமெரிக்காவின் கருணைப் பார்வை கிடைத்தபடியால் மற்ற எல்லா கஷ்டங்களும் கொஞ்சம் கொஞ்சமாக நீங்கத் தொடங்கின.

ஜெனரல் ஃப்ராங்கோ நவம்பர் 1975ல் இறந்துபோனார். அப்போதைய இளவரசர் ஜான் கார்லோஸ் மன்னராகவும் ஆட்சியாளராகவும் பொறுப்பேற்றுக்கொண்டார். 78ல் ஜனநாயகத்தை அறிமுகப்படுத்தினார்கள். முன்பே பார்த்த முடியாட்சி ஜனநாயகம். மன்னரும் இருப்பார், நாடாளுமன்றமும் இருக்கும். பிரிட்டன் மாதிரி.

மொழிவாரியாக, கலாசாரவாரியாகப் பிரதேசங்களைப் பிரித்து தன்னாட்சி அதிகாரம் வழங்கினார்கள். அப்போதுதான், 'நீயென்ன எனக்குத் தன்னாட்சி கொடுப்பது? நான் சுதந்தரமானவன். உன் அதிகாரத்தை உன்னோடு வைத்துக்கொள்' என்று பாஸ்க் மொழிப் பிரதேசிகள் முதல்முதலில் தெனாவட்டு பேச ஆரம்பித்தார்கள். ஈ.டி.ஏ. என்று ஒரு ஜென்மம் இருக்கிற விஷயம் வெளிச்சத்துக்கு வந்ததும் அப்போதுதான்.

ஈ.டி.ஏ., ஓர் இடதுசாரி இயக்கம். மார்க்சிஸ்ட் - லெனினிஸ்ட் கட்சி.

மார்க்ஸ் கண்டுபிடித்த சித்தாந்தம் கம்யூனிசம். அதை முதல் முதலில் வெற்றிகரமான ஆட்சிமுறையாக மாற்றியவர் லெனின். அப்புறம் என்ன மார்க்சிஸ்ட் - லெனினிஸ்ட்?

நீட்டி முழக்காமல் சுலபமாகப் புரிந்துகொள்ளவிரும்பினால் இப்படிச் சொல்லலாம். முதலாளித்துவம் ஒழியவேண்டுமென்பது கம்யூனிசத்தின் அடிப்படை. அமைதி வழியில் அது சாத்தியமில்லை, ஆயுதமேந்தித்தான் ஒழிக்கவேண்டும் என்கிற சூழ்நிலை வந்தால் தயங்காமல் கத்தி அல்லது துப்பாக்கி எடு என்பது மார்க்சிஸ்ட் - லெனினிஸ்ட் வழி. மார்க்ஸ் கம்யூனிசத்தை அளித்தார், லெனின் புரட்சியை அறிமுகப்படுத்தினார். தீர்ந்தது விஷயம்.

ஈ.டி.ஏவின் கனவு, லட்சியம், விருப்பம் அனைத்தும் ஒன்றுதான். நவரா *(Navarra)* என்கிற சுதந்தர தேசம். ஸ்பெயின் முடியாட்சிக்கும் அதற்கும் ஸ்நானப் பிராப்தி கூட இருக்கக்கூடாது. நீயாரோ, இங்கு நான் யாரோ. நவராவுக்குத் தனியொரு மன்னர் இருப்பார். ராணுவம் ஆட்சி செய்யும். என் மக்கள், என் மொழி, என் தேசம். ஸ்பெயினாவது, புடலங்காயாவது?

1959ல் இயக்கம் ஆரம்பித்து நாளது தேதி வரை 960 படுகொலைகளும் சுமார் அறுபது மகத்தான ஆள் கடத்தல் வைபவங்களும் செய்து முடித்து ஓய்வில்லாமல் ஓடிக்கொண்டிருக்கும் ஈ.டி.ஏவின் கொள்கையிலோ, கோஷத்திலோ இன்றுவரை சமரசம் என்று ஏதுமில்லை. வேண்டியது தனிநாடு. வைப்போம் வெடிகுண்டு. போன அத்தியாயத்தில் பார்த்த அந்தப் பிரதமர் படுகொலையெல்லாம் ஜுஜுபி. அதையெல்லாம் தூக்கிச் சாப்பிடும் விதத்தில் என்னென்னமோ தில்லாலங்கடியெல்லாம் பண்ணியிருக்கிறார்கள்.

ஸ்பெயினில் கடந்த முப்பத்தைந்து வருடங்களாக என்ன கெட்ட காரியம் நடந்தாலும் முதலில் ஈ.டி.ஏ. எழுதிய திரைக்கதையா என்றுதான் பார்ப்பார்கள். இல்லை என்று தெரிந்தபிறகுதான் பார்வையை நகர்த்துவார்கள்.

அப்படியொன்றும் மகத்தான மக்கள் ஆதரவு கொண்ட இயக்கம் என்றும் சொல்லிவிட முடியாது. ஒவ்வொரு காலகட்டத்திலும் இருபதிலிருந்து முப்பது வயதுக்குட்பட்ட பாஸ்க் பிராந்திய இளைஞர்கள் ஈ.டி.ஏ. அனுதாபிகளாக இருப்பார்கள். ஒரு கல்யாணம் அல்லது உத்தியோகம் ஆகிவிட்டால் போதும். மார்க்சிய - லெனினியக் கனவுகளையெல்லாம் மூட்டை கட்டிவைத்துவிட்டு தேசிய நீரோட்டத்தில் கரைந்துவிடுவார்கள். அப்புறம் மீண்டும் அடுத்த ஜெனரேஷன் வரும். அது போனால் அதற்கடுத்தது.

ஈ.டி.ஏ.வின் பலம் அதுதான். எப்போதும் ஃப்ரெஷ். எப்போதும் இளைஞர் சப்போர்ட். எப்போதும் துடிப்பு. நாலைந்து தலைவர்களைத் தவிர இயக்கத்தில் தாடி நரைத்தவர்கள் யாரும் கிடையாது. தலைவர்கள் கூட வழிகாட்டுவதுடன் நிறுத்திக்கொண்டுவிடுவார்கள். செயல்திட்டங்கள் தீட்டுவதெல்லாம் இளைஞர் படைதான். என்ன வேண்டுமானாலும் செய்யலாம். செய்வதன் அதிர்ச்சி மதிப்பு குறைந்தபட்சம் தேசத்தைக் குலுக்க வேண்டும். ஒவ்வொரு செயலும் ஐரோப்பிய அளவில் ஒரு தாக்கத்தை ஏற்படுத்த முடிந்தால் நல்லது. அதுதான் லட்சியம். எங்களைத் திரும்பிப் பாருங்கள். நாங்கள் போராடிக்கொண்டிருக்கிறோம். எங்கள் தனிநாடு கோரிக்கையில் இருக்கிற நியாயத்தைப் புரிந்துகொள்ளுங்கள். மொழி ரீதியிலும் கலாசார ரீதியிலும் எங்களுக்கும் ஸ்பெயினுக்கும் எந்தச்

சம்பந்தமும் இல்லை. நாங்கள் பிரிய விரும்புவதில் என்ன தவறு?

தமது இந்தக் குரலுக்கு வலு சேர்க்கப் பலவிதமான உத்திகளை ஈ.டி.ஏ. மேற்கொள்கிறது. பாஸ்க் மாகாணத்தில் அடைக்கலம் என்று கேட்டு யார் வந்தாலும் உடனே ஏற்றுக்கொண்டுவிடுவார்கள். அதைத் தங்கள் 'தேசிய குணமாக' அறிவித்திருக்கிறது ஈ.டி.ஏ.

மார்க்சிய - லெனினிய சித்தாந்தவாதிகள்தான் என்றில்லை. எந்தப் போராளி இயக்கமானாலும் சரி. பாஸ்கில் வந்து தங்கலாம். அரசியல் அடைக்கலம் கோரலாம். கேட்டதும் கிடைக்கும். நீ என்ன அயோக்கியத்தனம் பண்ணிவிட்டு வந்தாய் என்று ஈ.டி.ஏ. கேட்காது. தங்க இடம், சாப்பிட ரொட்டி, போர்ப் பயிற்சிக்கு மறைவிடம். அவ்வளவுதானே? இந்தா சாப்பிடு என்று அள்ளிக்கொடுத்துவிடுவார்கள். கடந்த 2005ம் ஆண்டு மாட்ரிட் ரயில் குண்டு வெடிப்புகள் உலகைக் குலுக்கியதே நினைவிருக்கிறதா? அல் காயிதா நடத்திய இத்தாக்குதலுக்கு வெடி மருந்து சப்ளை செய்தது ஈ.டி.ஏ.தான். அதைப் பின்னால் பார்க்கலாம்.

அப்படி தன்னைத் தேடி வருகிற இயக்கங்களுக்கு ஈ.டி.ஏ. தன்னைப்பற்றி எடுத்துச் சொல்லும். தானும் தன் போராட்டமும். என்றைக்காவது ஒருநாள் ஸ்பெயின் அரசாங்கத்துடன் நாங்கள் முழு நீள யுத்தம் நிகழ்த்துவோம். அப்போது நீ எங்களை நினைவில் வைத்துக்கொள். அது போதும்.

போராளி இயக்கங்களுக்குத்தான் என்றில்லை. ஐரோப்பாவின் பிரசித்தி பெற்ற கிரிமினல்கள், கொலை, கொள்ளை, கடத்தல்காரர்கள் அனைவரும்

ஏதாவது இடியாப்பச் சிக்கல், நெய் முறுகல் நெருக்கடி என்று வந்தால் உடனடியாக பாஸ்க் பிராந்தியத்துக்கு ஓடிவந்துவிடுவது வழக்கம். கேள்வி கேட்காமல் இடம் கொடுக்கிற ஒரே பிராந்தியம் அது.

தன்னாட்சி அதிகாரம் படைத்த மாகாணம் என்பதால் ஸ்பெயினின் மத்திய அரசாங்கம் இதையெல்லாம் ஜனநாயகத்தின் பக்கவாதம் என்று நினைத்து ஒன்றும் செய்யாது. ஆகவே ஈ.டி.ஏ., பாஸ்க் மாகாணத்து ஆட்சியாளர்களைத் தீர்மானித்துப் பதவியில் அமர்த்தும் வரை அரசியல் வேலை செய்யும். அவர்கள் பதவியில் அமர்ந்தவுடன் ஈ.டி.ஏவுக்குக் கைகட்டியாகவேண்டும். என்ன சொன்னாலும் கேட்பது என்பதற்கு மாறாக எதுவும் செய்துவிட முடியாது.

கொஞ்சம் நிறுத்தி, நிதானமாக யோசித்துப் பார்த்தால் பாஸ்க் மொழி மாகாணத்தின் பிரச்னை அல்லது ஈ.டி.ஏவின் பிரச்னையை நமது அஸ்ஸாம் மாநிலப் பிரச்னையுடன் ஓரளவு ஒப்பிட்டுப் பார்த்துப் புரிந்துகொள்ள முடியும். உல்ஃபாக்கள் கேட்பது என்ன? அஸ்ஸாமியர்களுக்கும் இந்தியர்களுக்கும் எந்தத் தொடர்பும் இல்லை. எங்கள் வம்சமே வேறு. மொழி வேறு. கலாசாரம் வேறு. நாங்கள் ஹிந்தியை வெறுப்பவர்கள். இந்தியர்களை வெறுப்பவர்கள். எனவே எங்களுக்குத் தனிநாடு அவசியம்.

இதுதானே?

ஈ.டி.ஏ. கேட்பதும் இம்மாதிரிதான். சில வேறுபாடுகள் இருக்கின்றன. அஸ்ஸாமில் நிகழ்ந்ததுபோல அண்டை தேசத்து ஊடுருவல்கள் எல்லாம் பாஸ்க் பிராந்தியத்தில் கிடையாது. ஸ்பெயினில் மட்டுமல்லாமல் பிரான்ஸின் எல்லையோரப்

பகுதிகள் சிலவற்றிலும் பாஸ்க் மொழி பேசும் மக்கள் வசிக்கிறார்கள். ஒருங்கிணைந்த தனிதேசம் என்கிற பாட்டு தொடக்கம் முதலே இருக்கிறது. ஆனால் நடைமுறையில் அது அத்தனை எளிமையானதல்ல. இது ஈ.டி.ஏவுக்கும் தெரியும். எனவே, இப்போதைக்கு ஸ்பெயினிலிருந்து பிரிவது, மற்றதை அப்புறம் விளம்பர இடைவேளைக்குப் பிறகு பார்த்துக்கொள்வது என்று இருக்கிறார்கள்.

முதலிலிருந்தே தன்னாட்சி அதிகாரம், ஸ்பெயினின் வளமான ஜனநாயக பலம் ஆகிய சௌகரியங்கள் இருந்தபடியால் ஈ.டி.ஏ. பீமபுஷ்டியுடன் வளர்ந்து நிலைத்துவிட்டது.

இந்த அளவில் அறிமுகத்தை நிறுத்திக்கொண்டு இயக்கத்துக்கு உள்ளே போய்விடுவோம். தேவைப்பட்டால் நடு நடுவே கொஞ்சம் தொட்டுக் கொள்ளலாம். சரியா?

4

ஈ.டி.ஏ. கார்ப்பரேட்

எந்த ஒரு தீவிரவாத இயக்கத்துக்கும் இருக்கிற மிகப்பெரிய பிரச்னை, தன்னை மற்றவர்கள் கவனிக்கச் செய்வது. இதற்காகத்தான் அவர்கள் கொலை செய்கிறார்கள். ஆள் கடத்துகிறார்கள். டமால் டுமீல் அதிரடிகள் அரங்கேற்றப்படுகின்றன. கடத்தல், கொள்ளையெல்லாம் ஜீவாதாரப் பிரச்னைகளுக்கு. செயல்படப் பணம் வேண்டாமா?

இந்த இரண்டு விதமான நடவடிக்கைகளுக்கும் பொதுவான ஒரு காரணம் என்று வரும்போது அங்கே கொள்கை, கோஷம், லட்சியம், கனவு, சித்தாந்தம், வேதாந்தம் எல்லாம் வரும்.

ஈ.டி.ஏ.வைப் பொறுத்தவரை கொலை, கொள்ளை விவகாரங்களை அவர்கள் லட்சியப்பாதையின் படிக்கற்களாக வைத்துவிட்டார்கள். இருப்பவர் களிடம்தானே அடிக்கிறோம்? என்ன தப்பு? என்று கேட்டுவிட்டுப் போயே விடுவார்கள்.

இன்றைய தேதியில் ஈ.டி.ஏவின் உலகளாவிய நெட் ஒர்க் செயல்படுவதற்கு ஒரு நாளைக்கு 90,000 யூரோக்கள் செலவு பிடிக்கிறது என்று ஒரு கணக்கு எடுத்திருக்கிறார்கள். செயல்படுவதற்கு என்றால், சாப்பிடுவது தொடங்கி, நித்யகர்மானுஷ்டானங்கள் வரைக்கும். ஒரு நாளைக்குத் தொண்ணூறாயிரம் என் றால் ஒரு மாதத்துக்கு? வருடத்துக்கு? வாழ்நாளுக்கு?

இதையெல்லாம் கற்பனை பண்ணிப் பார்த்தால் சன் ஸ்டிரோக் வந்துவிடும். இதற்கு மேலே ஒரு யூரோ என்பது ஒரு அமெரிக்க டாலரைக் காட்டிலும் ஒசத்தி என்பதையும் சேர்த்துக் கற்பனை செய்தால் திரும்ப எழுந்திருக்க முடியாது.

ஆகவே இருப்பவர்களிடம் கொள்ளை அடிப்பது என்பதை ஆத்ம சுத்தியுடன் செயல்படுத்த ஈ.டி.ஏ எழுபதுகளின் தொடக்கத்திலேயே முடிவு செய்துவிட்டது. அவர்களுக்கு தினசரி செய்வதற்குக் காரியங்கள் இருந்தன. எப்போதும். விடுமுறை இல்லாமல். பாஸ்க் மாகாணத்திலும் மாட்ரிட், பார்ஸிலோனா போன்ற முக்கிய நகரங்களிலும், மத்திய தரைக்கடல் ஓரத்துச் சுற்றுலா பிரதேசங்கள் அனைத்திலும் அவர்கள் எப்போதும் செயல்பட்டுக்கொண்டே இருக்க விரும்புகிறவர்கள்.

செயல்பாடு என்றால் கொலைகள். அல்லது குண்டுவெடிப்புகள். முன்பெல்லாம் தனிநபர் ஒழிப்புத் திட்டங்களில் மிகத் தீவிரமாக இயங்கிக்கொண்டிருந்தது ஈ.டி.ஏ. ரோடில் போய்க்கொண்டிருக்கும் யாரோ ஒரு பிரகஸ்பதியைக் கூப்பிட்டு நிறுத்தி ஹலோ சொல்லி, கை கொடுத்து, துப்பாக்கி எடுத்து நெற்றிப்பொட்டில் வைத்துச் சுட்டுவிட்டு, ஊதியபடி போய்விடுவார்கள்.

யார் அந்த ஆசாமி? எதற்குச் சுட்டார்கள், முன்பகை என்ன, பின்கதை என்ன? இன்னோரன்ன விவரங்களெல்லாம் மறுநாள் தொடங்கி ஒரு வார காலத்துக்கு நியூஸ் பேப்பரில் தவணை முறையில் வெளியிடப்படும். ஈ.டி.ஏ. கொல்லும் நபர்கள் பெரும்பாலும் அரசாங்க முக்கியஸ்தர்களாக இருப்பார்கள். அல்லது ராணுவ உயரதிகாரிகளாக இருப்பார்கள். பெரும்பாலும் மக்கள் பிரதிநிதிகளை ஒன்றும் செய்யமாட்டார்கள். விதிவிலக்காக ஒன்றிரண்டு சம்பவங்களும் இருக்கின்றன.

அப்படித்தான் ஒரு சமயம் க்ரெகோரியோ ஆர்டனொஸ் *(Gregorio Ordonez)* என்கிற ஒரு எம்.பி. அடையாளமே தெரியாதபடிக்கு அடித்துக் கொன்று வீசப்பட்டிருந்ததைக் கண்டுபிடித்து, நல்லடக்கம் பண்ணிவிட்டு புலன் விசாரிக்க ஆரம்பித்தார்கள். ஈ.டி.ஏ. பொதுவாக எம்.பிக்களைக் குறிவைப்பதில்லை என்பதால், அவர்களை விட்டுவிட்டு மற்ற அரை டிக்கெட்டுகளை கவனிக்க ஆரம்பித்தார்கள். இருபது, இருபத்தைந்து தினங்களில் ஸ்பெயினிலும் பிரான்சிலுமாக மொத்தம் எண்பது பேர் கைது செய்யப்பட்டு, விசாரணைக்கு உட்படுத்தப்பட்டார்கள்.

ஈ.டி.ஏவுக்குச்சகிக்கவில்லை. உடனடியாக*Egin* என்கிற ஸ்பானிஷ் பத்திரிகைக்கு ஒரு போன் போட்டுப் பேசினார்கள். இந்தாபாருய்யா, நாந்தான்கொன்னேன். இப்ப என்னாங்கறாங்க? பொழுது போவலன்னா ஊர்ல ஆடு மேய்ச்சிக்கிட்டிருக்கறவனல்லாம் புடிச்சி உள்ள தள்ளிடுவானுகளாமா? தொலைச்சிப்புடுவேன் படுவா. சொல்லிவையி உங்க கவர்மெண்டாண்ட. எம்.பிங்கள ஏன் நாங்க டார்கெட் பண்றதில்லன்னா, அவங்க மக்களுக்காக பேசுறவங்கன்றதாலதான்.

ஆனா அவங்களும் எதாச்சும் கேப்மாரித்தனம் பண்ணாங்கன்னா இதான் கதி. வெச்சிரவா? ஆங், அப்பால ஒரு விஷயம். இந்தாளு செத்தானே, இவன் என்னா காரியம் பண்ணான்னு ஒரு கேள்வி வருதா? உங்க கவர்மெண்டாண்ட சொல்லி தோண்டிப் பாக்கசொல்லு. வர்ட்டா?

ஆனால் தொண்ணூறுகளுக்குப் பிறகு ஈ.டி.ஏ. நேரடிக் கொலைகளில் ஈடுபடுவதை நிறுத்திக் கொண்டுவிட்டது. வி.ஐ.பிக்களைத் தாக்க அனுப்பும் கமாண்டோ படை வீரர்களின் உயிர்கள் அநாமத்தாக வீணாகிறது என்று இதற்குக் காரணம் சொல்லப்பட்டது.

'ஒவ்வொரு வீரருக்கும் பயிற்சி கொடுக்க நாங்கள் குறைந்தது ஆறு லட்சம் யூரோக்கள் செலவிடுகிறோம். அவர்கள் குடும்பத்துக்குப் பொருளாதாரப் பாதுகாப்பு அளிக்க வேண்டியிருக்கிறது. ஒரு கிரிமினலைக் கொல்வதற்காக ஒன்றுக்கு மேற்பட்ட ரத்தினங்களை நாங்கள் இழக்க விரும்பவில்லை' என்று 1993 டிசம்பர் 4ம் தேதி வெளியிடப்பட்ட ஈ.டி.ஏவின் அறிக்கை ஒன்றில் குறிப்பிட்டிருக்கிறார்கள்.

முற்றிலும் பாதுகாப்பான, சௌகரியமான தாக்குதல் உத்தி, கார் குண்டுகள்தான் என்று அதே காலகட்டத்தில் அவர்கள் தீர்மானித்தார்கள். ஒன்று மாட்ரிட்; அல்லது பார்சிலோனா. பெரும்பாலும் இந்த இரு இடங்களில்தான் நிகழ்த்துவார்கள். சில சமயம் திடீரென்று. சில சமயம் முன்னறிவிப்புடன். முன்பு பார்த்த Egin தவிர, Gara, Egunkariya போன்ற சில ஸ்பானிஷ் செய்தித் தாள்களுடன் ஈ.டி. ஏவுக்கு நல்லுறவு இருக்கிறது. நல்லுறவு என்றால் இவர்கள் கொடுக்கும் அறிக்கைகளை அவர்கள்

வெளியிடுவார்கள் என்கிற உறவு. அல் காயிதாவுக்கு ஒரு அல் ஜசீரா மாதிரி என்று வைத்துக்கொள்ளுங்கள்.

நீட்டாக ரிப்போர்ட் எழுதி ஃபேக்ஸ் செய்து விடுவார்கள். அல்லது தொலைபேசியில் எடிட்டர்களை அழைத்து நீ சௌக்கியமா, நான் சௌக்கியம் என்று நாலு வரி குசலம் பேசிவிட்டு தகவலை நேரடியாகச் சொல்லிவிடுவது. அதுவும் இல்லாவிட்டால் கூரியரில் குண்டு வைக்கிற தகவல். ஒன்றிரண்டு தருணங்களில் அந்தப் பத்திரிகை நிருபர்களையே தலத்துக்கு நேரில் வரவைத்துக் காரியம் நிகழ்த்தியதும் உண்டு. இதையெல்லாம் பின்னால் பார்க்கலாம். இப்போது என்ன செய்கிறார்கள், எப்படிச் செய்கிறார்கள் என்பதை மட்டும் அறிமுகம் செய்துகொண்டுவிடுவோம்.

ஈ.டி.ஏ.வுக்கு ஆர்.டி.எக்ஸ் சம்பந்தம் அதிகம் கிடையாது. தனது சரித்திரத்தில் இதுவரை மூன்று முறை மட்டுமே அவர்கள் ஆர்.டி.எக்ஸ் வெடிமருந்தைப் பயன்படுத்தியிருக்கிறார்கள். பொதுவாக கார் குண்டு வைப்பதற்கு அவர்கள் விரும்பும் வெடிபொருளின் பெயர் கோமா - 2 *(Goma - 2)* என்பது.

தொழிற்சாலை உபயோகங்களுக்காகப் பயன்படும் வேதிப்பொருள் இது. பெரும்பாலும் சுரங்கங்கள் தோண்டுவதற்குப் பயன்படும். கொஞ்சம் ஜெலட்டின் மற்றும் நைட்ரோக்ளைகோல் *(Nitroglycol)* என்னும் வேதிப்பொருளைக் கலந்து தயாரிப்பது. இதில் கோமா-*2 EC*, கோமா-*2 ECO* என்று இரண்டு ரகம் உண்டு. தாக்கப்படும் இலக்கின் தன்மை, உறுதி, கட்டுமானம், முக்கியத்துவம் ஆகியவற்றைக்கொண்டு இரண்டிலொன்றைத்

தேர்ந்தெடுப்பார்கள். 1980ல் தொடங்கி 1994 வரை ஈ.டி.ஏவின் தேசிய வெடிகுண்டாக இந்த கோமா 2தான் இருந்திருக்கிறது. இப்போதும் உண்டு என்றாலும் இன்னும் நவீன ரகங்கள் பல புழக்கத்தில் வந்துவிட்டதால், தமது சொந்தத் தயாரிப்புகளை அவர்கள் சில வெளி நாடுகளுக்கு ஏற்றுமதி செய்து பொருள் ஈட்டும் பணியிலும் ஈடுபட்டிருக்கிறார்கள். (குறிப்பாக கிழக்கு மற்றும் மத்திய ஆப்பிரிக்க நாடுகளைச் சேர்ந்த தீவிரவாத இயக்கங்கள் ஈ.டி. ஏவிடமிருந்து கோமா 2வை இன்றும் இறக்குமதி செய்துகொண்டிருக்கின்றன.)

ஆச்சா? குண்டு பஞ்சாயத்து ஓவர். அடுத்தது ராக்கெட் பலம். ஈ.டி.ஏவுக்கு என்று தனியொரு ராக்கெட் உண்டு. ராக்கெட் லாஞ்சர்களும் அவர்களே தயாரிக்கிறார்கள். இதற்காக இரண்டொரு ஃபேக்டரிகளும் கட்டி நடத்துகிறார்கள். ராணுவம் மற்றும் காவல் துறை இலக்குகளைத் தாக்குவதற்கு மட்டும் பொதுவாக அவர்கள் ராக்கெட்டுகளைப் பயன்படுத்துகிறார்கள்.

ஆனால் படு ப்ரில்லியண்டாக ஒரு காரியம் செய்கிறார்கள். தொழிற்சாலைதான் இருக்கிறதே என்று தயாரித்து அடுக்கிக்கொண்டு விடுவதில்லை. ஒரு ரெய்டு, தாக்குதல் என்று வந்தால் அத்தனையும் கோவிந்தா அல்லவா? எனவே, மேகி நூடுல்ஸ் மாதிரி ரெண்டே நிமிஷத்தில் ராக்கெட் தயாரிக்கும் தொழில்நுட்பம் ஒன்றை ஈ.டி.ஏ தனக்கெனப் பிரத்தியேகமாக வடிவமைத்துக்கொண்டிருக்கிறது.

ஒரு தாக்குதல் உத்தேசிக்கப்படுகிறது என்றால் முதல் நாள் ராத்திரிதான் ஃபேக்டரிக்கு விஷயம் போகும்.

‘எலேய், கோயிஞ்சாமி, நாளைக்கி ராயபுரம் சம்சாரி குப்பத்தாண்ட திருவிழாவாம்டா. நாலு பொட்டி

ராகிட்டு, ரெண்டு பொட்டி கேப்பு, மூணு பொட்டி குருவிவெடி வோணுமாம். தலைவர் சொல்லிவுட்டு அனுப்பியிருக்காரு.'

'சர்தாண்ணே. சரக்கு நேரா குப்பத்துக்கு வந்துரும்னு சொல்லிடுங்க. நம்ம செல்வத்தாண்ட சொல்லி ஆட்டோ அனுப்பிற சொல்லுங்க.'

இரவு முழுக்க டூட்டி பார்த்து வேண்டிய சரக்குகளைத் தயார் செய்து உரிய இடத்துக்கு, உரிய நேரத்தில் கொண்டு சேர்க்க வேண்டியது ஃபேக்டரி மேலாளரின் கடன். திட்டத்தைச் செயல்படுத்தவேண்டிய கமாண்டோக்கள் நேராக ஜீப்பில் போய் இறங்கிவிடுவார்கள். ஆயுதம் அங்கே தயாராக இருக்கும். எடுத்து அடித்துவிட்டு, மீண்டும் ஜீப்பில் ஏறி வந்துவிட வேண்டியதுதான் பாக்கி.

தீவிரவாதம் ஒரு கார்ப்பரேட் ஆகிவிட்ட காலம் இது. ஈ.டி.ஏ. அதில் முன்னணியில் இருக்கும் அமைப்புகளுள் ஒன்று. கதை போலத் தோன்றலாம். உண்மையில் கதையல்ல. சுதந்தரம் என்கிற ஒற்றைச் சொல் மந்திரத்தை வைத்துக்கொண்டு கடந்த நாற்பதாண்டு காலத்துக்கு மேலாக ஸ்பெயினின் நிரந்தரத் தலைவலியாக இருக்கிற அமைப்பு இது.

தனது செலவுகள் குறித்து ஈ.டி.ஏ. கவலைப்படுவதே இல்லை. ஒரு நாளைக்குத் தொண்ணூறாயிரம் யூரோக்கள். பார்த்தோமல்லவா? எப்படி வரும்? எங்கே காய்க்கும்?

அவர்கள் பெரும்பாலும் நம்புவது வரிகளைத்தான். அரசாங்கம் வசூலிக்கும் வரியல்ல. ஈ.டி.ஏ. தனிப்பட்ட முறையில் வசூலிக்கும் நிதி அது.

எல்லா இயக்கங்களிலுமே இந்த வரி வசூல் என்பது ஓரளவு உண்டு. சில இடங்களில் மக்களே விரும்பி இயக்கங்களுக்கு நிதி அளிப்பார்கள். சில இடங்களில் கட்டாய வசூல் இருக்கும். ஈ.டி.ஏ. விஷயத்தில் இரண்டும் உண்டு.

பாஸ்க் மொழி மாகாண மக்கள் கண்டிப்பாக ஈ.டி.ஏவுக்குக் கப்பம் கட்டியாகவேண்டும். வருமானத்தில் ஐந்து சதவீதம். தவிரவும் ஸ்பெயினில் பிற பகுதிகளிலும் வரி வசூல் பிரிவுகளை நிறுவியிருக்கிறார்கள். அனுதாபிகள் விஷயத்தில் பிரச்னை ஏதுமில்லை. அவர்களே முன்வந்து நிதியளித்துவிடுவார்கள். ஈ.டி.ஏ.வுக்குச் சிக்கல் தரும் ஏரியா, தொழிலதிபர்களும் தொழிற்சாலைகளும்.

அவர்கள் அதிகம் நிதி எதிர்பார்க்கும் இடம் அதுதான். ஸ்பெயினில் உள்ள ஒவ்வொரு பெரிய கார்ப்பரேட்டிலும் ஈ.டி.ஏவுக்கு என்று ஒரு கணக்கு உண்டு. வருடம் பிறந்தால் முதல் மொய்ப்பணத்தை அவர்களுக்கு எழுதிவிட வேண்டும். சிலர் ஒழுங்காகச் செய்துவிடுவார்கள். சிலர் இழுத்தடிப்பார்கள். அல்லது வசூலிக்க வருபவர்களை போலீசில் மாட்டிவிட ஏதாவது வழியுண்டா என்று பார்ப்பார்கள். உனக்கேன் கொடுக்க வேண்டும் கிஸ்தி என்று வீரபாண்டிய கட்டபொம்மன் அவதாரம் எடுத்து வீர உரை நிகழ்த்துவோரும் உண்டு.

இத்தகையவர்கள் விஷயத்தில் ஈ.டி.ஏ. கருணை காட்டுவதே கிடையாது. முறைப்படி கேட்பார்கள். கொடுத்தால் சரி. கொடுக்காவிட்டால் எச்சரிக்கை போகும். அப்போதும் பலனில்லை என்றால் தொலைபேசி வழி நேரடி மிரட்டல் அல்லது எச்சரிக்கை. அப்போதும் மசியவில்லை என்றால்

வேறு வழியில்லை என்று முடிவு செய்துவிடுவார்கள்.

சம்பந்தப்பட்ட தொழிலதிபரின் வீடு, ஆபீஸ் விவரங்கள் சேகரிக்கப்படும். குழந்தை குட்டிகள், பெண்டாட்டி, அல்லது பெண்டாட்டிகள், பெற்றோர், சொத்து விவரம் உள்ளிட்ட அனைத்தும் தகவலாகச் சேகரிக்கப்படும். எங்கே அடித்தால் அவருக்கு வலிக்கும் என்று கண்டுபிடித்து அங்கே அடிப்பார்கள்.

கடத்தல். ஆம். ஈ.டி.ஏவின் மிக முக்கியத் திருவிளையாடல் அது. கடத்திக்கொண்டு போகிற நபரின் குடும்பத்திடமிருந்து குறைந்தது ஐந்து வருடத்துக்கான முழு வரியையும் மொத்தமாக வசூலிக்காமல் விடுவதில்லை! அப்படியும் பணம் கிடைக்காவிட்டால் கொன்று கடாசிவிடுவார்கள். கொன்றபிறகு உடல் உரியவர்களுக்கு வேண்டு மென்றால் கண்டிப்பாகப் பணம் கொடுத்துத்தான் தீரவேண்டும்!

5

ஆட்கள் வேலை செய்கிறார்கள்

ஈ.டி.ஏவின் திருவிளையாடல் புராணத்துக்குள் நுழைவதற்கு முன்னால், பரமாத்மாக்கள் தம் விளையாடல்களை நிகழ்த்தத் தேர்ந்தெடுக்கும் களங்களைப் பற்றி அறிமுகம் செய்துகொண்டு விடவேண்டியது அவசியம்.

என்ன பெரிய களம்? தனிநாடு என்பது கோரிக்கை. அரசாங்கத்தின் உறுப்புகளைத் தாக்குவதுதானே என்பீர்களானால், அதுதான் இல்லை. இந்த விவகாரம் கொஞ்சம் வேறு மாதிரியானது. ஈ.டி.ஏவின் சுதந்தரப் போராட்ட செயல்திட்டத்தின் பிரகாரம் கொலைகளுக்கு இடமில்லை. ஆனால் அதற்குப் பிரச்னை தரக்கூடிய இதர இம்சைகள் விஷயத்தில் கொலைகள் அனுமதிக்கப்படுகிறது!

பேஜார்? விளக்கிவிடலாம்.

தொடங்கப்பட்ட காலத்தில் ஈ.டி.ஏ. ஒரு சாது இயக்கம். ஜனநாயக ரீதியில்தான் போராடலாம் என்று

பெரியவர்கள் முடிவு செய்து வெள்ளைக்கொடியுடன் ஆரம்பித்தார்கள். ஆனால் நவீன உலகில் அதெல்லாம் சாத்தியமில்லை என்று கனவில் யாராவது தேவதை வந்து சொல்லியிருக்கலாம். அல்லது புரட்சி முகம் எடுத்தபிறகு அறப் போரெல்லாம் ஆபத்து என்று அவர்களுக்கே தோன்றியிருக்கலாம். மார்க்சிய - லெனினிய சித்தாந்தத் தாக்கமே ஈ.டி.ஏவுக்குப் பாதியில் வந்து சேர்ந்ததுதான்.

எனவே ஆரம்பக்கால செயல்திட்டத்தை அப்படியே வைத்துக்கொண்டு, சில பின்னிணைப்புகளை மட்டும் புதிதாகக் கொடுத்துவிட்டார்கள். சுதந்தரப் போராட்டம் சாது ரகம்தான். ஆனால் இடையில் சில களைகளை நீக்க வேண்டி நேர்ந்தால் அது சைடு பிசினஸ். ஜனநாயகம் விரோதமில்லை. ஆனால் அதிரடிகளுடன் பங்காளி உறவு உண்டு. எம்.பிக்களைக் கொல்ல மாட்டோம். என்றால், யாரையுமே கொல்லமாட்டோம் என்று அர்த்தமில்லை. பிரதமரையே வேண்டுமானாலும் போட்டுத் தள்ளுவதில் பிரச்னை கிடையாது. யுத்தம் புரிவது மக்களுக்காக. ஆனால் மக்களிலேயே கொஞ்சம் புல்லுருவிகள் இருப்பார்களேயானால், உருவியெடுக்கத் தடையேதுமில்லை.

ரொம்ப உள்ளே போகவேண்டாம். இது போதும். ஈ.டி.ஏ. எம்மாதிரியான ஆசாமிகளைக் குறிவைக்கிறது என்று பாருங்கள். விவரம் புரிந்துவிடும்.

ஸ்பெயினின் ராணுவம் மற்றும் காவல் துறை அவர்களுக்கு முதல் டார்கெட். குறிப்பாக அதிலுள்ள தீவிரவாதத் தடுப்புப் பிரிவினர். தங்கள் செயல்பாடுகளுக்கு முதல் தடை அவர்கள்தான் என்பதால் மாதம் ஒருமுறை நாள் குறித்து, குறைந்தது

பத்துப்பேரையாவது கொல்வது என்பதை 1992லிருந்து ஒரு கொள்கையாக வைத்துக்கொண்டிருக்கிறார்கள்.

இசபெல் 2 என்கிற மகாராணி முன்னொரு காலத்தில் (1844 என்கிற வருஷம் அத்தனை முக்கியமா என்ன?) தொடங்கி வைத்த 'கார்டியா சிவில்' (Guardia Civil) என்கிற காவல் அமைப்பு ஸ்பெயினில் மிகவும் புகழ் பெற்றது. போலீஸ்காரர்கள்தான். ஆனால் சிறப்பு போலீஸ். தனக்கெனத் தனியே கப்பல், விமானப் படைப்பிரிவுகள் எல்லாம் வைத்திருக்கும் ஒரு பெரிய அமைப்பு.

இந்தப் பிரிவின் முக்கியப் பணி எல்லைக்காவல். துணைப்பணி, தீவிரவாதத் தடுப்பு. இந்த இரண்டுமே ஈ.டி.ஏ.வுக்கு அலர்ஜி தரக்கூடிய செயல்கள். அவர்கள் செயல்படுவது எல்லைகளில். குறிப்பாக பிரான்சின் எல்லையோர ஸ்பெயின் கிராமங்கள் முழுவதும் ஈ.டி.ஏவின் கட்டுப்பாட்டில் இருக்கிற பிரதேசங்கள். ஈ.டி.ஏவின் தலைவர்கள் அனைவரும் எப்போதும் பிரான்சில்தான் இருப்பது வழக்கம். கோடை அல்லது குளிர்கால விடுமுறைகளில் மட்டும் ஜாலி சுற்றுலாவாக ஸ்பெயினுக்குள் வந்து போவார்கள். அவர்கள் அங்கே இருப்பதுதான் வசதி. பெரும்பாலும் புரட்சிகள் பக்கத்து தேசத்து எல்லையில் உட்கார்ந்துகொண்டு செய்தால்தான் சரிப்படும் போலிருக்கிறது.

இந்தக் காரணங்களால் கார்டியா சிவில் படைப்பிரிவினரை ஈ.டி.ஏ. தன் முதல் டார்கெட்டாக வைத்துக்கொண்டிருக்கிறது. அவர்களது ஆயுதச் சாலைகள், பதுங்குத் தளங்கள், குவார்டர்ஸ், ஆபீஸ், மெஸ் ஒன்றை விட்டு வைப்பதில்லை. எப்போது போரடித்தாலும் நாலு துப்பாக்கிச் சனியன்களைத்

தூக்கிக்கொண்டு ஒரு காவல் முகாமுக்குப் போய் ரெண்டு ரவுண்டு சுட்டுவிட்டு வருவது ஈ.டி.ஏவினரின் வழக்கம். இதற்குக் கணக்கு வழக்குகள் எல்லாம் கிடையாது. செயல்திட்டங்கள் கிடையாது. எந்த ஒரு ஈ.டி.ஏ. உறுப்பினரும் நினைத்த மாத்திரத்தில் போய் தாக்குதல் நிகழ்த்திவிட்டு வரலாம். ஒன்றிரண்டு தலைகள் தேறுமானால் கைதட்டுவார்கள். பெரிய அறுவடை என்றால் ஒயின் விருந்து. ஒன்றும் பெயரவில்லை என்றால் தட்டிக்கொடுத்து அடுத்த முயற்சிக்கு ஆயத்தம் பண்ணிவிடுவார்கள்.

இந்த காவல் துறைத் தாக்குதல் மிகச் சமீப காலத்தில் பரிணாம வளர்ச்சியடைந்து, கார்டியா போலீசின் குடும்பத்தினரையும் தாக்கத் தொடங்கியிருக்கி றார்கள். குறிப்பாகச் சொல்வதென்றால் 2000ம் ஆண்டுக்குப் பிறகு. இன்னும் குறிப்பாகச் சொல்வதென்றால், காவல் படையில் புதிதாக இணையும் போலீசாரின் குடும்பத்தினர் மீது அபாயமில்லாத தாக்குதல்களை நிகழ்த்தி, அதன் மூலம் எச்சரிக்கை விடுத்து, ஓடிப்போய் விடு என்று சொல்வது ஈ.டி.ஏவின் வழக்கம். மீறி பணியில் தொடர்பவர்களின் குடும்பங்கள் குறி வைக்கப்படுகின்றன. ஏதாவது ஒரு இரவைத் தேர்ந்தெடுத்து, போய் வீட்டைக் கொளுத்திவிட்டு வந்துவிடுவார்கள்.

இந்தத் தனிநபர், குடும்பத் தாக்குதல்கள் ஸ்பெயினில் மிகப்பெரிய பிரச்னை. சுதந்தரப் போராட்டம் என்கிற லட்சியத்திலிருந்து ஈ.டி.ஏ. இதனால் விலகிப்போகிறது என்று ஈ.டி.ஏ. ஆதரவாளர்களிடமிருந்தே விமரிசனங்கள் வரத்தொடங்கின. ஆனால் யாரும் கண்டுகொள்ளவில்லை.

அடுத்தபடியாக அவர்கள் குறிவைப்பது, தண்டல் கட்டாத பிசினஸ் புள்ளிகளை. இது குறித்து முன்பே கொஞ்சம் பார்த்தோம். புரட்சி வரி *(Revolutionary Tax)* என்று ஈ.டி.ஏ. இதற்குப் பெயர் வைத்திருக்கிறது. அதாகப்பட்டது, அவர்கள் புரட்சி செய்வதற்கு மக்கள் கட்டியாக வேண்டிய வரி என்று அர்த்தம். கட்ட மறுக்கும் பெரும்புள்ளிகளை பிராக்கெட் செய்து கொலை செய்வதன் மூலம் தேசிய அளவில் மிகப்பெரிய அதிர்ச்சி அலைகளை உருவாக்குவது திட்டத்தின் முதல் கட்டம்.

இதனைக்கொண்டு மற்றவர்கள் அவசியம் வரி கட்டியாக வேண்டும் என்று மறைமுகமாக நிர்ப்பந்தம் செய்யப்படுகிறார்கள்.

ஜோஸ் மரி கோர்ட்டா என்று ஒரு பெரிய இரும்புத் தொழிலதிபர் ஸ்பெயினில் இருந்தார். நியாயமாக 'இருக்க' வேண்டியவர். அவரை 'இருந்தா'ராக்கி விடுவது என்று ஈ.டி.ஏ. முடிவு செய்தது. இது நடந்தது நான்கு வருடங்களுக்கு முன்பு.

வருஷத்துக்கு நூறிலிருந்து நூற்றைம்பது கோடி ரூபாய் வரை லாபம் பார்த்துக்கொண்டிருந்த ஒரு நல்ல நிறுவனத்தை அவர் நடத்திக்கொண்டிருந்தார். ஒழுங்காக புரட்சி வரியும் செலுத்திக் கொண்டுதான் இருந்தார்.

திடீரென்று ஒரு சமயம் ஈ.டி.ஏ. தன் வரித்தொகையை அந்த வருடம் அதிகரித்துவிட்டது. குறிப்பாக, பெரும் தொழிலதிபர்களுக்கு. என்ன செய்வது? தலையெழுத்தே என்று தண்டம் கட்டியவர்கள் தப்பித்தார்கள். கட்ட மறுத்த ஜோஸ் போன்ற சிலருக்கு முதலில் நோட்டீஸ் அனுப்பப்பட்டது.

ஐயா பெரிய மனுஷர் அவர்கள் சமூகத்துக்கு. இப்பவும் நாளது தேதிவரை தங்களிடமிருந்து வந்து சேரவேண்டிய வரிப்பணம் வந்தபாடில்லை. புரட்சியாளர்கள் துப்பாக்கிகளுக்கு எண்ணெய் போட வழியில்லாமல் காத்திருக்கிறார்கள். இக்கடிதம் கண்ட ஒரு வார காலத்துக்குள் தங்கள் நன்கொடையைக் காசோலையாகவோ, பிரான்சில் மாற்றத்தக்க வரைவோலையாகவோ அனுப்பி உதவ அன்புடன் கேட்டுக்கொள்கிறோம். அனுப்பாமலிருந்தீர்களா னால், வம்புடன் ஏதாவது செய்யவேண்டி வரும். இப்படிக்குத் தங்கள் அன்புள்ள ஈ.டி.ஏ.வின் வெளி யுறவுத்துறை அதிகாரி யாரோ எக்ஸ்.ஒய்.இஸட்.

ஜோஸ் அந்தக் கடிதத்தைப் பெரிதாக எடுத்துக் கொள்ளவில்லை. ஒரு பாதுகாப்புக்கு காவல் நிலையத் தில் புகார் கொடுத்துவிட்டுத் தன் வேலையைப் பார்க்கப் போய்விட்டார். சொல்லப்போனால் மறந்தே விட்டார்.

ஆனால் ஈ.டி.ஏ. மறக்கவில்லை. ஆறு மாதம் ஊறப்போட்டார்கள். ஜோஸ் ஒரு விடுமுறையைக் கழிக்கக் குடும்பத்துடன் ஸ்விட்சர்லாந்து புறப்பட்டபோது, அதே விமானத்தில் ஈ.டி.ஏவின் கொலையாளி ஒருவனும் பயணம் செய்தான். ஸ்விட்சர்லாந்தில் அவர் தங்கிய ஹோட்டலிலேயே அவனும் அறை எடுத்துத் தங்கினான். நிழல் மாதிரி அவரைப் பின்தொடர்ந்துகொண்டே இருந்தான். தத்தி ஜோஸுக்கு இது தெரியவில்லை.

என்னமோ ஒரு ஏரியில் படகை எடுத்துக்கொண்டு உய்யலாலா பாடிக்கொண்டே அவர் ரைட் போக முந்தைய தினம் பணம் கட்டியபோது பாய்ந்து சென்று முன்னதாக ஒரு குண்டை அதில் பொருத்திவிட்டு

அடுத்த ஃப்ளைட் பிடித்து ஸ்பெயினுக்கு வந்துவிட்டான்.

பாவப்பட்ட ஜோஸ், அந்த ஏரியிலேயே ஜல சமாதி அடைந்தார். அவரது மனைவியை குத்துயிரும் கொலை உயிருமாகத் தூக்கி வந்து மருத்துவமனையில் போட்டார்கள். பிரயோஜனமில்லாமல் போய் விட்டது.

ஸ்பெயினில் மிகப்பெரிய அதிர்ச்சி அலைகளை உண்டாக்கிய இந்தப் படுகொலைச் சம்பவம் நடந்து ஒருவாரம் கழித்து ஈ.டி.ஏவிடமிருந்து அனைத்து தொழிலதிபர்களுக்கும் ஒரு கடிதம் வந்தது. நீங்கள் ஜோஸ் ஆக விரும்பமாட்டீர்கள் என்று நம்புகிறோம். ஒரே வரி! அவ்வளவுதான்.

அடுத்த குறி, பத்திரிகையாளர்கள். அதாவது ஈ.டி.ஏவின் செயல்பாடுகளை விமரிசிக்கும் பத்திரிகையாளர்கள். இது விஷயத்தில் அவர்களது கருத்து ஒன்றுதான். பத்திரிகையாளர்களின் வேலை, ஈ.டி.ஏவின் செயல்பாடுகளை கவனிப்பது அல்ல! கவனித்தாலும் விமரிசிப்பது அல்ல. அவர்கள் அரசாங்கத்தை விமரிசிக்கட்டும், அவர்களது அட்டூழியங்களை எழுதட்டும், மக்களுக்குத் தெரிவிக்கட்டும். எங்கள் பக்கம் வரக்கூடாது!

மே 2000ல் ஈ.டி.ஏ. தன் முதல் பத்திரிகையாளப் படுகொலையை நிகழ்த்தியது. ஜோ லூயி லோபஸ் டி'லாகாலி என்கிற ஸ்பானிஷ் பத்திரிகையாளர் ஒருவரை கண்டம் துண்டமாக வெட்டி எறிந்து கணக்கை ஆரம்பித்துவைத்தது. அதன்பின் கணக்கு வழக்கில்லாத தாக்குதல்கள் நிகழ்த்தப்பட்டிருக்கின்றன. பாஸ்க் பிரச்னை குறித்து எழுதவே ஸ்பானிஷ் பத்திரிகையாளர்கள் அச்சப்படும்

அளவுக்கு பயங்கரங்கள் அரங்கேறின. பல பத்திரிகை அலுவலகங்கள் சூறையாடப்பட்டிருக்கின்றன. பத்திரிகை அதிபர்களின் கார்கள் பெட்ரோல் ஊற்றி எரிக்கப்பட்டிருக்கின்றன. அவர்களது குடும்பங்களுக்குக் கொலை மிரட்டல்கள் அனுப்பப் பட்டிருக்கின்றன.

இந்த நடவடிக்கைகள் சமீப ஆண்டுகளில் அதிகரித்துக் கொண்டே போனதை அடுத்து பிரான்ஸைத் தலைமையகமாகக் கொண்டு செயல்படும் *Reporters without Borders* என்னும் அரசு சாரா தன்னார்வ அமைப்பின் உறுப்பினராக ஸ்பெயின் தன்னை இணைத்துக்கொண்டது.

இது ஓர் உலகளாவிய அமைப்பு. பத்திரிகைச் சுதந்தரத்தைக் காப்பாற்றும் அமைப்பு. இந்த அமைப்பின் சார்பில் வெளிவரும் ஒவ்வொரு ஆண்டறிக்கையிலும் ஸ்பெயினில் ஈ.டி.ஏ. நிகழ்த்தும் பத்திரிகையுலகத் தாக்குதல்கள் இடம்பெறாமல் இருப்பதே இல்லை. நூற்றுக்கணக்கில் கண்டனக் கூட்டங்கள் நிகழ்த்தியிருக்கிறார்கள், எத்தனையோ வழக்குகள் போட்டிருக்கிறார்கள், ஊர்வலங்கள், எதிர்ப்பு அடையாள உண்ணாவிரதங்கள் இன்னபிற. ஒரு உபயோகம்? மூச்.

2005 செப்டம்பரில் இந்தத் தன்னார்வ அமைப்பைக் கண்டித்து ஈ.டி.ஏ ஒரு துண்டுப் பிரசுரம் வினியோகித்தது. என்ன பெரிய பத்திரிகைச் சுதந்தரம், புடலங்காய்? ஒழுங்கா வேலைய பாத்துக்கிட்டுப் போறியா, இல்ல மவன ஒனக்கு வெக்கட்டுமா வேட்டு?

ஈ.டி.ஏவின் அடுத்த இலக்கு, ஸ்பெயினின் பொருளாதாரத்தைக் குலைப்பது. பெரும்பாலும்

சுற்றுலாத் தலங்கள், ரயில் பாதைகள், தொழிற் சாலைகள், சுரங்கங்கள் ஆகியவற்றைக் குறி வைத்து இவர்கள் நிகழ்த்தும் தாக்குதல்கள் மிகவும் கோரமானவை. மூட்டை மூட்டையாக வெடி மருந்துகளை ஏற்றிவந்து வெடிக்கச் செய்துவிட்டுப் போய்விடுவார்கள்.

ஒருவாரம், பத்து நாள் வரைக்கும் சம்பந்தப்பட்ட இடத்தில் புகைந்துகொண்டே இருக்கும். போகும் உயிர்கள், எரிந்த பணம், எதிர்காலம் எது குறித்தும் கவலை கிடையாது. அது ஒரு அடையாள எச்சரிக்கை. நாங்கள் இருக்கிறோம். எங்கள் கோரிக்கை இருக்கிறது. இன்னும் உயிருடன் இருக்கிறது. எங்களைக் கவனி. தினமும் எங்களைக் கவனி. கவனிக்காமல் நீ இருக்கும்போது, உன்னை கவனிக்கச் செய்ய எங்களுக்கு இம்மாதிரியான வழிகள்தான் தெரியும்.

வெகுகாலம் வரை ஸ்பெயினில் மட்டும்தான் இக்காரியங்களைச் செய்துகொண்டிருந்தார்கள். இரண்டாயிரமாவது ஆண்டுக்குப் பிறகு ஈ.டி.ஏ. மெல்ல மெல்ல பிரான்ஸிலும் தனது திருவிளையாடல்களைத் தொடங்கிவிட்டது. இனி பொறுக்கமுடியாது என்று இரண்டு தேசங்களும் கூட்டணி வைத்து வேலையைத் தொடங்கியது இதற்குப் பிறகுதான்!

௬

உத்தமர்களும் மற்றவர்களும்

கொண்டை, அழகு. மயில், மசூதி, தேவாலயம், கோயில் எங்கே அமைந்திருந்தாலும். ஸ்பானிய மொழியில் கொண்டையை க்யூபுலா *(Cupula)* என்பார்கள். ஈ.டி.ஏ.வுக்கு இந்தப் பெயர் மிகவும் பிடித்துவிட்டது. அவர்கள் கொண்டையைப் பார்த்தவிதம் வேறு. உச்சி. எல்லாவற்றுக்கும் மேல். தலைசாய மாட்டோம் என்னும் கம்பீரம். பார்ப்பவர்களை ஈர்க்கும் வசீகரம். கொண்டையை அவர்கள் இப்படித்தான் பார்த்தார்கள், புரிந்து கொண்டார்கள்.

தனது இயக்கத்தின் தலைமையை ஈ.டி.ஏ. இப்படித்தான் அழைத்துக்கொள்கிறது. *Cupula Militar.* (என்றால் ராணுவக் கொண்டை). ஈ.டி.ஏ. என்னும் இயக்கத்தின் மூளை க்யூபுலா. தனிபர் தலைமை கூடாது என்பது கொள்கை. எனவே ஒரு குழுவை அமர்த்தி, அவர்கள் சொல்பேச்சு கேட்டு கையைக் கட்டிக்கொண்டு இயங்கிக் கொண்டிருக்கிறார்கள்.

க்யூபுலா சொல்வதுதான் சட்டம், வேதவாக்கு, அருள்வாக்கு எல்லாமும். க்யூபுலா தலைமைக்கு நிச்சயம் கீழ்ப்படிந்தே ஆகவேண்டும். எதிர் கருத்து, மாற்று கருத்து, வெள்ளைப் பூண்டு கருத்து எதற்கும் இடமில்லை. மார்க்கெடிங் ஆள்களுக்குக் கொடுக்கப்படுவதைப் போன்ற டார்கெட், ஈ.டி.ஏவின் ஒவ்வொரு வீரருக்கும் அளிக்கப்படும். வரும் புதனுக்குள் மாட்ரிட் பூங்காவிலுள்ள பச்சை கலர் பெஞ்சுக்குக் கீழே குண்டு வைத்துவிட்டு வா. வியாழக்கிழமை வைத்தாலும் அந்த குண்டு வெடிக்கத்தான் போகிறது. பச்சைக்கு பதில் சிவப்பு பெஞ்சின் கீழ் வைத்தாலும் வெடிக்கும். ஆனால், கொடுக்கப்பட்ட கட்டளையை கொடுக்கப்பட்டதைப் போலவே செய்து முடித்தால்தான் க்யூபுலாவுக்குப் பிடிக்கும். இல்லையென்றால், பிய்த்துக் கடாசிவிடுவார்கள்.

க்யூபுலாவுக்குக் கீழே சிறு சிறு குழுக்கள் செயல் படுகின்றன. அவர்களை, *Talde commandos* என்று அழைக்கிறார்கள். ஏடிஎம் சென்டர் போல் நகர வாரியாக இவர்கள் பிரிந்து படர்ந்திருப்பார்கள். இருபத்து நான்கு மணி நேர சேவை. பெரும்பாலான பணிகள் அகால நேரத்தில் மட்டுமே அளிக்கப்படும். மாட்ரிட் இரண்டாவது சாலையில் உள்ள கமாண்டோ பிரிவைப் பற்றி மூன்றாவது சாலையில் உள்ள கமாண்டோ பிரிவுக்குத் தெரியாது. கமாண்டோ-கொண்டை இருவருக்குமான அந்நியோன்யம் அப்படி.

தம்முடைய கமாண்டோக்களை மூன்று பிரிவுகளாக வகைபடுத்தி வைத்திருக்கிறது ஈ.டி.ஏ. இதற்கு முன்னால் எந்தவிதமான தப்பு தண்டாவும் செய்யாதவர்கள் முதல் வகையறா ஆள்கள். சமர்த்து

ஜாதி. இவர்களை *Legales* என்று அழைக்கிறார்கள். அதாவது, சட்டப்படி உத்தமர்கள். இரண்டாவது வகையறா, *Liberated* என்னும் நாடோடிகள். பெரும்பாலும் இவர்கள் நாடுகடத்தப்பட்டவர்களாக இருப்பார்கள். ஸ்பெயின் தவிர்த்து, பிரான்ஸிலிருந்தும் இவர்களை அழைத்து வருவது வழக்கம். அடுத்து வருபவர்கள் *Quemados*. செயின் பறிப்பு, மணி பர்ஸ் பறிப்பு தொடங்கி சிறுசிறு உதார் வேலைகள் செய்து போலீஸால் சிறை பிடிக்கப்பட்டு, பின்னர் விடுவிக்கப்பட்டவர்கள்.

கமாண்டோக்களுக்கு, திரைப்படங்களில் வருவது போல் யூனிஃபார்ம் எல்லாம் கிடையாது. சுற்றுலா பயணிகளைப்போல் ஸ்பெயின் வீதிகளில் சுற்றிக் கொண்டிருப்பார்கள். பெரும்பாலும் தனியாகவே வசிப்பார்கள். அபார்ட்மெண்ட்களில். அல்லது, ஊருக்கு ஒதுக்குப்புறத்தில் உள்ள ஏதாவதொரு வீட்டில். மனைவி, மச்சான், மச்சினியோடு ஒண்டு குடித்தனம் நடத்த விரும்புபவர்கள் இயக்கத்தில் இருக்க முடியாது.

குடும்பத்தாரோடு இவர்களுக்குப் பெரும்பாலும் உறவு இருக்காது. இனி யாரும் என்னைத் தேட வேண்டாம் என்று துண்டுக் கடுதாசி எழுதி வைத்துவிட்டு வந்தவர்கள்தான் அதிகம். பரீட்சையில், காதலில் தோற்றுவிட்டு தாடி வளர்ப்பதற்குப் பதிலாக தீவிரவாதம் வளர்க்கக் கிளம்பியவர்களும் உண்டு.

கமாண்டோக்களின் பராமரிப்புச் செலவுகளுக்குக் க்யூபுலா கணக்கு பார்ப்பதில்லை. பில் இருந்தால்தான் பைசா என்று கழுத்தில் கத்தி வைப்பதில்லை. பீர், புடலங்காய், புது சொக்காய் எது வாங்கினாலும் பைசல் செய்துவிடுவார்கள். உயிரைக் கொடுத்து

வேலை செய்கிறார்கள். உட்கார வைத்துக் கேள்வி கேட்க முடியுமா?

மாட்ரிட் முதல் குறுக்குச் சந்தில் இருக்கும் கமாண்டோவை இருபதாவது குறுக்குச் சந்தில் உள்ள ஒரு ஷாப்பிங் காம்ப்ளக்ஸுக்குக் குண்டு வைக்கச் சொல்லி கட்டளை பிறப்பிப்பார்கள். சிவனே என்று கிளம்பிச் சென்று, வைத்துவிட்டு வந்துவிடவேண்டியதுதான். முதல் குறுக்குச் சந்தில் ஆள்கடத்தல் நிகழ்த்தவேண்டுமென்றால், பதினைந்தாவது குறுக்குச் சந்திலிருக்கும் ஆளை அழைப்பார்கள். குறிப்பிட்ட ஏரியாவில் உள்ள நபர் அந்த ஏரியா வேலையைப் பார்க்கமாட்டார்.

கிட்டத்தட்ட, வாரத்துக்கு இரண்டு முறை ஏதாவதொரு இடத்தில் குண்டு வைக்கச் சொல்லி உத்தரவு வரும். தெளிவாகப் படம் வரைந்து பாகங்கள் குறித்து அனுப்பிவைப்பார்கள். முன்பே பார்த்தபடி வெடி மருந்துகள் தனியே வந்து சேரும். சம்பந்தி வீட்டுக்குக் கைமுறுக்கு கொடுத்து அனுப்பும் கரிசனத்துடன். ஜாக்கிரதையாக, பராக்கு பார்க்காமல் கொண்டு போய்ச் சேர்த்துவிட்டு வா. வழியில், வாங்கி சாப்பிட இதை வைத்துக்கொள். பார்ப்பதற்கு, ஜவுளிக் கடை மஞ்சள் பை போலத்தான் இருக்கும். எடுத்து தோளில் சாய்த்துக்கொண்டு கிளம்பிவிட வேண்டியதுதான்.

கார் குண்டுகளைப் பயன்படுத்தும் பட்சத்தில் சம்பந்தப்பட்ட நபரின் புகைப்படம், கார் பதிவு எண் இரண்டும் கொடுத்துவிடப்படும். சேதாரத்தின் அளவுக்கு ஏற்ப வெடிகுண்டின் வீரியம் கூடும், குறையும்.

தகவல் தொடர்பு மெஸெஞ்சர்கள் மூலம். முழுநேர வேலை செய்பவர்களும் உண்டு. பார்ட் டைம் ஆசாமிகளும் உண்டு. பகுதி நேர ஆசாமிகளுக்கு அப்போதைக்கு அப்போது பைசா. ஒரு முறை உபயோகித்த நபரை, பெரும்பாலும் மீண்டும் உபயோகிக்க மாட்டார்கள். கல்லூரி மாணவர்கள் முதல்தாத்தா, பாட்டி வரைசகலவிதமானவர்களையும் உபயோகித்துக்கொள்வார்கள். யாருக்கு வேலை செய்கிறோம் என்ன வேலை செய்கிறோம் என்று அவர்களுக்குத் தெரியாது.

ஆள்கடத்தல் சர்வசாதாரணம். வரிப்பணத்தைத் தரவில்லை என்பதற்காக நடக்கும் ஆள்கடத்தல் ஒரு வகை. குண்டுக்கட்டாகத் தூக்கி வந்து, இரண்டு தட்டி தட்டி, சுட்டுவிரலைக் காட்டி எச்சரித்து அனுப்பிவிடுவார்கள். இரண்டாவது வகை, ஆள்களை கடத்தி வந்து, கேட்ட தொகையைத் தந்தால் திருப்பி அனுப்புகிறேன் என்று மிரட்டுவது. பசையுள்ள நபர்களாகப் பார்த்து தேர்வு செய்து துப்பாக்கி காட்டி வாயைப் பொத்துவார்கள். விடுவிப்பதற்காகக் கொடுக்கும் பெரும்தொகையுடன் சேர்த்து ரெகுலர் வரியையும்அவர்கள்இனிசெலுத்தவேண்டியிருக்கும்.

ஆள்கள், ஆயுதம் இரண்டும் தங்குதடையில்லாமல் கிடைக்கும் என்ற உத்தரவாதம் கிடைத்தபிறகு, அடுத்தக் கட்ட வேலையில் இறங்கியது ஈ.டி.ஏ. தகுந்த இருப்பிடம் தேடவேண்டும். ஆள்களைத் தங்கவைப்பதில் பிரச்னை இல்லை. தனித்தனியே உதிரியாக அங்கொன்றும் இங்கொன்றுமாக அவர்கள் இருந்துகொள்ளலாம். தேவை ஏற்பட்டால் பொது இடத்தில் கூடலாம். பிரச்னை, ஆயுதங்களை எங்கே சேமித்து வைப்பது என்பதுதான்.

ஒரு குடோன் இருந்தால் தேவலை. ஆனால், நட்ட நடு நகரத்தில் எங்கு ஆரம்பிப்பது குடோனை? யார் தருவார்கள் இடம்? க்யூபுலா ஆள்கள் கூடிப் பேசினார்கள். ஒரு வீட்டை வாடகைக்குப் பிடிக்கவேண்டியது. பெயருக்கு இரண்டு அல்லது மூன்று பேர் தங்கிக்கொள்ளவேண்டியது. ஆயுதங் களை அப்படியே பதுக்கிவைத்துக் கொள்ளலாம்.

இந்த யோசனை உடனடியாக நிராகரிக்கப்பட்டது. காரணம், அதிலுள்ள ரிஸ்க் ஃபேக்டர். தினசரி நான்கு குண்டு வைக்கும் ஓர் இயக்கத்தை அரசாங்கமும் காவல்துறையும் சும்மா விட்டுவைக்குமா? சல்லடையாகச் சலிக்க மாட்டார்கள்? உளவு பார்க்க மாட்டார்கள்? வீடுகளில் பதுக்கி வைக்க வாய்ப்பே இல்லை. கண்டுபிடித்தால், ஆள்களும் காலி. ஆயுதங்களும் காலி. ஆள்களை விட ஆயுதங்கள் முக்கியம்.

அடுத்த யோசனை, தேவைப்படும் சமயங்களில் தேவைப்படும் ஆயுதங்களை பொட்டலம் கட்டி வாங்கிக்கொள்வது. ஸ்டாக் வைத்துக்கொள்ளும் சிரமம் இருக்காது. தீர்ந்து போகும்போது ஏஜெண்டு களுக்கு ரிமைண்டர் அனுப்பி வாங்கிக்கொள்ளலாம்.

ஆனால், இந்த ஐடியாவும் ஏற்றுக்கொள்ளப்பட வில்லை. காரணம், முந்தைய சந்தர்ப்பங்களில் பல ஏஜெண்டுகள் செய்த சொதப்பல்கள். 'ஈ.டி.ஏ. சமூகத்துக்கு, இயந்திரத் துப்பாக்கிகள் பத்து கேட்டிருந்தீர்கள். இப்போதைக்கு ஸ்டாக் இல்லை. அதற்கு ஈடாக, இத்துடன் பதினைந்து நாட்டுத் துப்பாக்கிகள் கொடுத்தனுப்பியுள்ளேன். அன்புடன் பொருத்தருளவேண்டும், இவண், ஸோ அண்டு ஸோ.' இப்படி ஒரு முறையல்ல, இரு முறையல்ல பலமுறை காலை வாரி விட்டிருக்கிறார்கள்.

ம்ஹூம் இரண்டு வழிகளும் வேண்டாம் என்று ஒதுக்கிவைத்துவிட்டு, விவாதித்தார்கள். 'ஜூலோ' என்னும் திட்டம் பிறந்தது அப்போதுதான். *Zulo* என்றால் குழி. பாஸ்க் மொழி வார்த்தை. பள்ளம் என்ற அர்த்தம். பதுங்கு குழி என்றும் அழைக்கலாம். 'அமரர்' சதாம் ஒளிந்திருந்தாரே அப்படிப்பட்ட ஒரு குழி.

திட்டம் இதுதான். முதன்மை கமாண்டோக்கள் தவிர்த்து, அத்தனைபேரும் உடனடியாக காட்டுப் பகுதிகளுக்குச் செல்லவேண்டும். துப்பாக்கிகளோடு அல்ல. கடப்பாறை, ஈட்டி மண்வெட்டிகளோடு. ஆரவாரம் இல்லாத அமைதியான பகுதிகளைத் தேர்ந்தெடுத்து, குழி வெட்டவேண்டும். தயார் ஆனதும் ஏஜெண்டுகளிடம் சொல்லி துப்பாக்கிகளை வாங்கிக்கொள்ளவேண்டும். பிறகு, துப்பாக்கிளை உள்ளே தள்ளி மூடி, ஏதாவது அடையாளம் ஏற்படுத்திவிட்டு திரும்பிவிடவேண்டியது.

குழிகள் தோண்டிய இடங்களை, அந்தப் பிரதேசத்தின் வரைபடத்தில் குறித்துவிடவேண்டும். வருணனையுடன். இன்ன பகுதியில் இத்தனையாவது மரத்துக்குக் கீழே, இத்தனை அடி இடைவெளியில் ஒரு குழி உள்ளது. உள்ளே இத்தனை கைத்துப்பாக்கிகள், இத்தனை இயந்திரத் துப்பாக்கிகள். இத்யாதி.

இந்த வரைபடத்தை க்யூபுலாவுக்கு அனுப்பி வைக்கவேண்டும். க்யூபுலா அந்த வரைபடங்களைச் சேகரித்து எக்ஸ்க்ளூஸிவ் ஃபைல் ஒன்றைத் தயார் செய்யும். வேலை வரும்போது, ஆள்களிடம் வரைபடத்தின் பிரதி ஒன்றைக் கொடுப்பார்கள். தேவைப்படும் ஆயுதங்களைத் தோண்டி எடுத்துக் கொள்ளவேண்டும். கொஞ்சம் புராதனமான

முறைதான். என்றாலும், இதுதான் சரியானது என்று க்யூபுலாவுக்குத் தோன்றியது.

வேலை உடனடியாக ஆரம்பிக்கப்பட்டது. கமாண்டோக்களைச் சிறு சிறு குழுக்களாகப் பிரித்து காட்டுப் பகுதிகளுக்கு அனுப்பினார்கள். நேஷனல் ஜியாகரஃபிக் சானலில் காட்டுவதைப் போன்ற காட்டுப்பகுதிகள் அல்ல அவை. சிங்கம், சிறுத்தை, யானை எல்லாம் ரோந்து போகாது. நகரத்தைவிட்டு வெகு தொலைவில் விலகி நிற்கும் உதவாக்கரைப் பகுதிகள் அவை. பெரும்பாலும் யாரும் அங்கே பிரவேசிக்க மாட்டார்கள். குடிகாரரர்கள், சிறு திருடர்கள் அவ்வப்போது ஒதுங்கிக்கொள்ளும் இடம்.

வேண்டியஅளவுக்குக்குழிகள்தோண்டியாகிவிட்டது. அப்பாடா பிரச்னை தீர்ந்தது என்று நிமிர்ந்து உட்கார்வதற்குள் கமாண்டோக்களிடமிருந்து ஒரு நீண்ட புகார் கடிதம். 'மாதத்துக்கு மூன்று பேரைக் கடத்தச் சொல்கிறீர்கள். உடனடியாக விடுவிப்பதாக இருந்தால் பரவாயில்லை. எங்கள் அபார்ட்மெண்ட்டிலேயே வாயைப் பொத்தி, கையைக் கட்டி, உட்கார வைத்துவிடுவோம். சிலரை, நீண்ட நாள்களுக்கு மறைத்து வைக்க வேண்டியுள்ளது. மக்கள் நடமாடும் பகுதிகளில் எத்தனை நாளைக்கு ஒருவரை மறைத்துவைக்க முடியும்? ஆகவே, தக்க முறையில் இதற்கொரு தீர்வு கண்டுபிடிக்குமாறு தாழ்மையுடன் கேட்டுக்கொள்கிறேன். இப்படிக்கு, உங்கள் உண்மையுள்ள, கோயிஞ்சாமி.'

ஆயுதங்களுக்கு மட்டுமல்ல ஆள்களுக்கும் மறைவிடம் தேவை. என்ன செய்வது? எப்படிச் செய்வது? மீண்டும் மீட்டிங். மீண்டும் விவாதம்.

இறுதியில், *Safe Houses* அமைப்பது என்று முடிவுசெய்தார்கள். காடு, மேடு, மலை, மறைவிடம் என்று ஸ்பெயின் முழுவதும் துழாவ வேண்டியது. சந்தடி அதிகம் இல்லாத இடமாகப் பார்த்து நிலத்தை வளைத்துப் போடவேண்டும். நல்ல நாள் பார்த்து ஒரு பெரிய சைஸ் தகர டப்பாவைக் கொண்டு சென்று கவிழ்க்க வேண்டியது. அல்லது வெறுமனே ஒரு துணி கூடாரம். அல்லது, பெரிய கட்டைகளைக் கொண்டு வந்து அடுக்கிவைத்துவிட்டு ஓரங்களில் ஆணி அடித்துவிடவேண்டியது. *Safe Houses* தயார்.

எப்போது வேண்டுமானாலும் அமைத்துக்கொள்ள லாம். தேவையில்லை என்றால் அப்படியே பெயர்த்து எடுத்துக் கொண்டு வந்துவிடலாம். பார்ப்பதற்கு, மொபைல் டெலிஃபோன் பூத் போல் இருக்கும். இரண்டாம் உலகப்போர் கால கட்டத்தில், ஹிட்லரிடமிருந்து தப்பிக்க, யூதர்கள் பலர் *Safe House*களைத்தான் அவசரஅவசரமாக வடிவமைத்தார்கள்.

எப்படி ஹிட்லரிடமிருந்து அவர்களால் தப்பிக்க முடியவில்லையோ, அதேமாதிரி ஈ.டி.ஏவிடம் சிக்கியவர்களும் அத்தனை சுலபத்தில் தப்பிக்க முடியாது!

7

வாழ்க ஜனநாயகம்

ஸ்பெயின் போன்ற முன்னேறிய தேசங்களில் படித்த மக்கள் தொகை அதிகம். யாருக்கும் அத்தனை எளிதில் அல்வா கொடுத்துவிட முடியாது. எந்த ஊரானாலும் அரசியல்வாதிகளும் போராளிகளும் பேசி ஏமாற்றிவிடக் கூடியவர்கள்தான் என்றாலும் படித்தவர்கள் மத்தியில் இம்மாதிரி ஏமாறுவோர் சதவீதம் எப்போதும் குறைவாகத்தான் இருக்கும். ஈ.டி.ஏவின் பெரிய பிரச்னை, மக்கள் ஆதரவு. மிகப்பெரிய இயக்கம்தான் என்றாலும் பாஸ்க் மொழி பேசும் மக்களிடையே மட்டும்தான் அவர்களுக்கு ஓரளவு செல்வாக்கு. மற்ற பிரதேசங்களில் கெட்ட காரியஸ்தர்கள் என்கிற அடையாளம் மட்டுமே.

இதுதான் அவர்களுக்குப் பெரிய தலைவலி. கேட்பது தனி நாடு. விரும்புகிற அடையாளமோ, சுதந்தரப் போராட்ட வீரர்கள் என்பது. ஆனால் என்ன சொல்கிறார்கள்? கிரிமினல்கள். கேப்மாரிகள். மொள்ளமாரிகள். யாருக்குப் பிடிக்கும்?

எனவே தங்களைக் குறித்து நாட்டு மக்களிடையே நல்ல விதமாக எடுத்துச் சொல்வதற்கு அவர்களுக்கு ஒரு அரசியல் முகம் தேவைப்பட்டது. பாஸ்க் மாகாணத்தில் மட்டுமல்ல. ஒட்டுமொத்த ஸ்பெயினுக்குமான ஈ.டி.ஏவின் இனிய முகம். எழில் கொஞ்சும் குழந்தை முகம். தவிரவும் நவீன உலகில் ஆயுததாரிகளாக மட்டுமே இருந்து இலக்கை அடைந்துவிட முடியாது என்பதும் அவர்களுக்குத் தெரியுமாதலால், கிட்டத்தட்டவாவது தங்கள் கருத்துடன் ஒத்துப்போகக் கூடிய அரசியல் கட்சிகளுடன் நட்பு கொள்ள மிகவும் விரும்பினார்கள்.

ஆனால் துரதிருஷ்டவசமாக அப்படியொரு கட்சி அவர்களுக்குக் கிடைக்கவில்லை. பல குட்டி இயக்கங்களுடன் பேசிக்கூடப் பார்த்தார்கள். ஃபுல் டைம் அரசியல் பண்ணிக்கொண்டு, பார்ட் டைமாகத் தீவிரவாதத்தை ஆதரித்தால் போதும் என்றும் இறங்கிவந்தார்கள். ம்ஹூம். ஸ்பெயின் அரசியல்வாதிகளெல்லாம் துண்டைக்காணோம், துணியைக் காணோம் என்று அலறியடித்து ஓடியே போனார்கள்.

வேறு வழியில்லாமல் ஈ.டி.ஏ. தனக்கென்று ஒரு பினாமி அரசியல் கட்சியை ஆரம்பித்தது. அதன் பெயர் படாசுனா *(Batasuna)*. பாஸ்க் மொழி பேசும் மக்கள் வசிக்கும் பகுதிகளை இணைத்துத் தனி நாடாக்க வேண்டும் என்பதற்காக ஜனநாயக ரீதியில் போராடத் தொடங்கிய இந்தக் கட்சியை முதலில் ஸ்பெயினில் யாரும் அவ்வளவாகக் கண்டுகொள்ளவில்லை. பின்னனியில் சில ஃப்ரெஞ்சுப் புள்ளிகள் இருக்கி றார்கள், அவர்கள் தூண்டிவிடுகிறார்கள் என்று மட்டும் உளவுத்துறைக்குத் தெரிந்தது.

இதே ஈ.டி.ஏவின் தலைமைப் பரமாத்மாக்கள்தான் பிரான்சில் போய் உட்கார்ந்துகொண்டு வேலை செய்கிறார்கள் என்பது அவர்களுக்குத் தெரியவில்லை அப்போது.

முதலில் மெல்ல மெல்ல மக்கள் பிரச்னை குறித்து எடுத்துப் பேச பொதுக்கூட்டங்கள் போட்டார்கள். துண்டுப் பிரசுரங்கள் வினியோகித்தார்கள். பிறகு சில சிறு தொழிற்சாலைகளுக்குள் ஊடுருவி, தொழிற்சங்கங்களைக் கைப்பற்றிக்கொண்டார்கள். அப்பாலிக்கா, யாருக்காவது பிறந்தநாள் வந்தால் 138வது வட்டத்தின் சார்பில் நிதி சேர்த்து நோட்டு மாலை போட்டார்கள். மேடையில் சோடா உடைத்துக் குடித்துவிட்டு எதிர்க்கட்சிக் காரர்களைத் திட்டினார்கள். அரசாங்கத்தை விமரிசனம் பண்ணினார்கள். எல்லாம் ஜனநாயகம்.

ஆனால் அடிப்படையில் பாஸ்க் தேசியம் என்பது பளிச்சென்று இருந்தபடியால் ஒண்ணும் ஒண்ணும் ரெண்டு என்று கணக்குப் போடுவதில் பெரிய குழப்பம் ஏதுமில்லாமல் போய்விட்டது. கொய்யால, இவன் ஈடிஏகாரண்டா என்று அரசியல்வாதிகள் விழிப்புற்று கட்டம் கட்டத் தொடங்கி விட்டார்கள்.

முதலில் ஈ.டி.ஏ. இதனைக் கடுமையாக மறுத்தது. பாஸ்க் மாகாணத்துப் பிரச்னையை ஜனநாயக ரீதியில் தீர்க்க விரும்புகிற ஒரு கட்சியை ஒழிக்கச் செய்யும் சதி என்று குற்றம் சாட்டியது. அதெல்லாம் புருடா, நம்பாதீர்கள் என்று உளவுத்துறை பிரகஸ்பதிகள் சொல்லிவிடவே, படாசுனாவை நசுக்கும் பணிகள் ஆரம்பமாயின.

தீவிரவாதிகளின் சாமர்த்தியம் ஒரு மாதிரி என்றால், அரசியல்வாதிகளின் சாமர்த்தியம் இன்னொருமாதிரி

அல்லவா? அவர்கள்தெருத்தெருவாகஆயுததாரிகளின் பகல் வேஷம் குறித்து உருக்கமான பிரசாரத்தில் ஈடுபடத் தொடங்கினார்கள். ஸ்பெயினின் ஒற்றுமை, இறையாண்மை இன்னபிறவற்றைக் குறித்தெல்லாம் எடுத்துச் சொல்லி, படாசுனாவைக் கடாசி எறியுங்கள் என்று கேட்டுக்கொள்ளத் தொடங்கினார்கள். இன்னும் ஒரு படி மேலே சென்று, ஒரு தீவிரவாத இயக்கம் ஜனநாயக வேஷம் போடுவது தேசத்தின் பாதுகாப்புக்கு ஆபத்து என்று குரல் கொடுக்கவும் ஆரம்பித்தார்கள்.

ஸ்பெயின் அரசு பார்த்தது. இது ஆகிற காரியமில்லை என்று முடிவு செய்தார்கள். ஐரோப்பிய யூனியனுக்கும் அமெரிக்க அரசுக்கும் ஒரு வார்த்தை போட்டு வைத்தார்கள். இதோ பாருங்கள், நாங்கள் தடை செய்யப்போகிறோம். அவர்கள் பிரான்ஸின் எல்லைகளில்தான் வளர்ந்துகொண்டிருக்கிறார்கள், இதனால் பிரான்சுக்கு ஆபத்து. பிரான்சின் நட்பு நாடுகளுக்கும் எப்படியும் ஆபத்து வரத்தான் போகிறது. புத்தி இருந்தால் பிழைத்துக்கொள்ளுங்கள்.

அவர்களுக்கு என்ன போச்சு? படாசுனாவை ஒரு தீவிரவாத இயக்கம் என்று அமெரிக்கா அறிவித்தது. அமெரிக்கா செய்துவிட்ட பிறகு பிரிட்டன் சும்மா இருக்குமா? உலகின் அதி உன்னத ஒளிநகல் கருவியல்லவா அவர்கள்? உடனே, உடனே! சொல்லிவைத்த மாதிரி அடுத்த சில மாதங்களுக்குள் அனைத்து ஐரோப்பிய தேசங்களும் படாசுனாவைத் தடை செய்துவிட்டன. எங்கும் நிதி திரட்ட முடியாது. பொதுக்கூட்டம் போட முடியாது. சோடா குடிக்க முடியாது.

இன்றைக்கு வரை ஈ.டி.ஏ. தனக்கும் இதற்கும் சம்பந்தமில்லை என்றுதான் சொல்லிவருகிறது.

படாசுனாவும் அதே பாட்டைத்தான் *z,y,x,w,v,u,t,s,r,q,p,o,n,m,l,k,j,I,h,g,f,e,d,c,b,a* என்று பாடிக்கொண்டிருக்கிறது. ஸ்பானிஷ் நீதி மன்றங்கள், உலகளாவிய ஸ்பானிஷ் அமைப்புகள், ஸ்பெயின் மனித உரிமை இயக்கங்கள் யாவும் இந்தப் பாட்டை நிராகரிக்கின்றன. படாசுனா என்றால் படா பேஜார் என்றே அவர்கள் அர்த்தம் சொல்கிறார்கள்.

ஆகஸ்ட் 2002ல் ஸ்பெயின் நாடாளுமன்றம் ப்ரில்லியண்டாக ஒரு காரியம் செய்தது. அரசியல் கட்சிகள் அனைத்தும் தீவிரவாதத்தைக் கடுமையாக எதிர்க்க வேண்டும் என்று ஓர் உத்தரவு பிறப்பித்தது. பிரிவினைவாதங்கள், தனி நாடு கோரிக்கைகள் எதுவாக இருந்தாலும் அனைத்தும் ஜனநாயக ரீதியில் மட்டுமே எடுத்துச் சொல்லப்பட வேண்டும், ஆயுதம் தூக்குவதும் தவறு, தூக்குபவர்களை சப்போர்ட் செய்வதும் தவறு. இதை அங்கீகரித்துப் பின்பற்றும் கட்சிகளுக்கு மட்டுமே அரசியல் கட்சி அந்தஸ்து என்று சொல்லிவிட்டார்கள். சர்வதேச அளவில் பாராட்டுப் பெற்ற இந்தச் சட்டத்துக்கு *Ley de Partidos Politicos* என்று பெயர்.

இந்தச் சட்டம் படாசுனாவை நிலைகுலைய வைத்தது. அவர்களால் வெளிப்படையாக ஈ.டி.ஏ.வை எதிர்க்க முடியாது. படாசுனா மட்டுமல்ல. பாஸ்க் மாகாணத்து மக்களுக்கே இது தர்மசங்கடம். இத்தனை காலமாக ஜனநாயகம் வாழ்ந்து கிழித்தது. நாங்கள் என்ன சுகத்தைக் கண்டோம் என்று அவர்கள் புலம்பத் தொடங்கினார்கள். புலம்பியவர்கள் பெரும்பான்மையினரா என்பதல்ல முக்கியம். நிறைய புலம்பல்கள் இருந்தன என்பதுதான் முக்கியம். தீவிர மனோபாவம் கொண்டவர்கள், மிதவாதிகள், மிதத் தீவிரர்கள், தீவிர மிதவாதிகள்,

அப்பாவிகள், படுபாவிகள், ஐயோபாவம் கேசுகள் என்று அனைத்துத் தரப்பிலும் ஈ.டி.ஏவுக்கு இருந்த ஆதரவு எண்ணிக்கை ஓரளவு வெளிப்படையாகத் தெரிந்த தருணம் என்று அதனைச் சொல்லலாம்.

ஈ. டி. ஏ. விஷயத்தில் நாங்கள் ஒன்றும் சொல்லவில்லை. ஆனால் படாசுனாவைத் தடைசெய்வது மிகவும் தவறு என்று பலபேர் வாதாடத் தொடங்கினார்கள். இதற்கிடையில் பல்டஸார் கர்ஸான் *(Baltasar Garzon)* என்கிற நீதிபதி - படாசுனா விவகாரத்தை விசாரித்துக்கொண்டிருந்த பிரகஸ்பதி - போற்றுவார் போற்றட்டும், புழுதிவாரித் தூற்றுவார் தூற்றட்டும் என்று படாசுனாவுக்கும் ஈ.டி.ஏவுக்கும் ஜென்ம சாபல்யங்கள் உண்டு, எனவே அதைத் தடை செய்தே தீருவேன் என்று சொல்லி, கேஸ் கட்டைத் தூக்கிப் போட்டுவிட்டார்.

உடனடியாக படாசுனாவின் அனைத்து அலுவலகங் களும் இழுத்து மூடி சீல் வைக்கப்பட்டன. அவர்கள் மேடையேறிப் பேசவோ, தேர்தலில் நிற்கவோ தடை விதிக்கப்பட்டது. கட்சியின் சொத்துகள் பறிமுதல் செய்யப்பட்டன. தலைவர்கள் என்று முன்னிறுத்தப் பட்ட பலபேரை காவல் துறை அள்ளிக்கொண்டு போய் ஜீப்பில் போட்டு எடுத்துப் போய் கண்காணாத சிறைகளில் உட்காரவைத்தது. ஒரே ரணகளம்.

ஜனநாயக இயக்கம் என்று சொல்லிக்கொண்டிருந்த படியால் பதிலுக்கு ஒரு துப்பாக்கி தூக்கி குருவி சுடமுடியாமல் போய்விட்டது. ஒருவேளை நாளைக்குத் தடை தளர்த்தப்பட்டாலும் மக்கள் காறித் துப்பிவிடுவார்களே!

மார்ச் 18, 2003ல் இந்த விஷயம் அரங்கேறியது. ஸ்பெயின் சுப்ரீம் கோர்ட் தீர்ப்பை அடுத்து, மே மாதம்

அமெரிக்காவும், ஜூன் மாதம் ஐரோப்பிய யூனியனும் படாசுனாவைத் தடாசுனா ஆக்கின.

என்ன செய்யலாம் என்று யோசித்தார்கள். ஏப்ரல் 2005ல் பாஸ்க் நாடாளுமன்றத்துக்கு (அங்கு சட்டசபைக்கும் அதுவே பெயர். தன்னாட்சிப் பிரதேசமல்லவா?) தேர்தல் வரவிருந்தது. அதற்குள் தனக்குச் சாதகமான ஒரு அரசியல் கட்சி அகப்பட்டாலொழிய கதிமோட்சம் இல்லை என்று ஈ.டி.ஏ. நினைத்தது. யார் வருவார்கள்?

எனவே திரும்பவும் ஒரு முயற்சி தாமே செய்துபார்க்கலாம் என்று முடிவு செய்தார்கள். இம்முறை மிகக் கவனமாகக் களமிறங்கினார்கள். ஈ.டி.ஏவின் எந்தத் தலைவரும் நேரடியாகத் தொடர்புகொள்ளாமல், முற்றிலும் புதுமுகங்களைக் கொண்ட குழு ஒன்றை உருவாக்கி (பெரும்பாலும் ரிடையர் ஆன பள்ளிக்கூட வாத்தியார்கள், கால்நடை மருத்துவர்கள் போன்றவர்களைக் கொண்ட சாதுக்குழு) பாஸ்க் பிரதேசத்துக்கான தனி அடையாளமாக ஒரு கட்சி உருவாகவேண்டிய அவசியத்தை மக்களிடையே எடுத்துச் சொல்ல ஏற்பாடு செய்தார்கள்.

நிறைய செலவு செய்து, படாதபாடு பட்டு அக்கேரா கஸ்டியக் (Aukera Guztiak) என்றொரு கட்சியை உருவாக்கினார்கள். மக்கள் கட்சி. மக்களுக்கான கட்சி. ஜனநாயகக் கொழுந்து. ஆனால் ஒரு காமெடி என்னவென்றால், கட்சி உருவாகி, முதல் கூட்டம் நடத்தப்பட்டபோதே கட்சி முக்கியஸ்தர்கள், எங்கப்பன் குதிரில் இல்லை, இல்லை, இல்லவே இல்லை என்று முழங்கத் தொடங்கினார்கள்.

எங்களை ஒருபோதும் தவறான கண்ணோட்டத்தில் பார்க்காதீர்கள்! நாங்கள் பரிபூரண ஜனநாயகவாதிகள். எங்களுக்கும் ஈ.டி.ஏவுக்கும் தொடர்பில்லை. ஈ.டி. ஏவா? யாரது? ஈட்டி எறியும் வீரர்களா? எங்களுக்குத் தெரியாது. நாங்கள் தீவிரவாதத்தை ஒருபோதும் ஆதரிக்கமாட்டோம். பாஸ்க் மக்களின் விடுதலைக் கனவை ஜனநாயக ரீதியில் கோரிப்பெறுவோம். ஆமென்.

அடேடே வாங்கய்யா என்று உளவுத்துறையினர் அந்தக் கட்சியில் சேரும் அத்தனை பேரின் ஜாதகத்தையும் தேடத் தொடங்கினார்கள். எங்கே சுக்கிரன் உச்சம், ராகு எங்கே, கேது எங்கே, என்று பார்த்து, சனி இங்கே என்று பிடித்துக்கொண்டு போகத் தொடங்கினார்கள்.

தலையில் அடித்துக்கொண்டது ஈ.டி.ஏ. மேலிடம். இதென்ன அபத்தம்? ஜனநாயகம் இத்தனை பேஜாரா? துப்பாக்கி கலாசாரம் மிகவும் ஈசியாக இருக்கிறதே? நமக்கெதுக்கு இந்த பஃபூன் வேஷம்?

அவர்கள்யோசித்துக்கொண்டிருந்தபோதேஸ்பானிஷ் உச்சநீதிமன்றம், தன் பிரத்தியேக செல்வாக்குகளைப் பயன்படுத்தி, இந்தப் புதிய கழகத்துக்கும் -சே, கட்சிக்கும் பழைய படாசுனா பிரகஸ்பதிகளுக்கும் இடையே உள்ள ஆறு ஒற்றுமைகளைக் கண்டுபிடித்து இதையும் தடை பண்ணிவிட்டார்கள்.

தேர்தல் நெருங்கிவிட்டது. இதற்குமேல் என்ன செய்யமுடியும்? இரண்டு முயற்சிகள். இரண்டுமே நிறைய செலவு சாப்பிட்ட முயற்சிகள். நவீன உலகில் மிகப்பெரிய ஆடம்பரமே ஜனநாயகம்தான். எத்தனை கஷ்டங்கள். நீதிமன்றம், நாடாளுமன்றம்,

அந்த மன்றம் இந்த மன்றம் என்று மன்றம் வந்த தென்றலுக்கு மஞ்சம் வர நெஞ்சமே கிடையாது.

ஆனால் தேர்தல் வாய்ப்பை விட்டுவிட்டால் நாலஞ்சு சீட் கிடைப்பதும் கிடைக்காமல் போய்விடுமே? என்ன செய்யலாம்? ஏதாவது செய்தாக வேண்டும். செய்தே தீரவேண்டும். இல்லாவிட்டால் பாஸ் புக்தான் ஒல்லியாகுமே தவிர, பாஸ்க் புஸ்ஸாகிவிடும்.

சரியாகப் பதினைந்தே நாள் தேர்தலுக்கு இருந்தபோது குண்டு தைரியத்தில் அவர்கள் ஒரு முடிவெடுத்தார்கள்.

8

கலர்ஃபுல் கம்யூனிஸ்ட் கட்சி

அக்கேரா கஸ்டியக் கட்சியை ஊத்திக் கழுவி மூடிவிட்டார்கள். சாது அரசியல் இனி ஒத்துவராது என்று தெரிந்துவிட்டது. ஆனாலும், தேர்தல் வருகிறதே? சீட்டுகள் முக்கியமாயிற்றே? பிடிக்காது போனாலும் உயரத் தூக்கிய தாலிக்குக் கழுத்து நீட்டித்தான் ஆகவேண்டும். எனவே அதிரடியாக, தேர்தலுக்குப் பதினைந்து நாள் முன்னதாக இன்னொரு கட்சி ஆரம்பிப்பது என்று முடிவு செய்தார்கள்.

வேறு வழி தெரியவில்லை அவர்களுக்கு. பாஸ்க் மக்களின் கனவு தேசத்தை சிருஷ்டிப்பது லேசுப்பட்ட வேலை அல்ல. பிச்சுவா காண்பித்தோ, வெடிகுண்டு வீசியோ பெற்றுவிடமுடியாது. மூன்றே வழிகளில்தான் இது சாத்தியம். ஒன்று, அதிரடி கெரில்லா போர்முறை. அரசாங்கத்துடன் நேருக்கு நேர் நின்று உதார் விடுவது. மோதுவது. இது சாத்தியமில்லை. தீவிரவாதி என்று உடனடியாக

பிராண்ட் குத்திவிடுவார்கள். தேடிப்பிடித்து நசுக்கி விடுவார்கள். நிறைய கெட்ட பெயர் கிடைக்கும். காரியம் கைகூடாது.

இரண்டாவது வழி, சாத்வீகமான போராட்டம். அன்புள்ள பிரதமருக்கு, இத்துடன் எங்கள் தனிதேச கோரிக்கையை இணைத்துள்ளோம். எங்கள் தெருவில் உள்ள அத்தனை பேரும் கையெழுத்து (சிலர் கைநாட்டு) போட்டிருக்கிறார்கள். தக்க முறையில் பரிசீலித்து ஆவன செய்யுமாறு கேட்டுக்கொள்கிறோம். இவண், அவன்.

எழுதிப்போட்டுவிடவேண்டியது. அரசாங்கப் பிரமுகர் யாரையாவது சந்திக்க நேர்ந்தால், 'ஐயா, ஒரு கோரிக்கை அனுப்பியிருந்தேன் பார்த்தீகளா?' என்று பம்முவது. சரிப்பட்டு வரவில்லையென்றால், உண்ணாவிரதம், அமைதிப் பேச்சுவார்த்தை, காரடையான் நோன்பு என்று என்னென்னவோ செய்வது. ம்ஹூம். சான்ஸே இல்லை. இருக்கும் இடம் தெரியாமல் போய்விடவேண்டியதுதான். சாத்வீக சமாசாரங்களுக்கு மூட்டை கட்டி வெகு காலம் ஆகிவிட்டது.

மூன்றாவது வழி, கட்சி அரசியல். அமர்க்களமான, அட்டகாசமான கட்சி ஒன்றை ரிப்பன் வெட்டி ஆரம்பித்துவிடவேண்டியது. பிரியாணி, பிட்ஸா, பைசா எது கேட்டாலும் கொடுத்து, வாக்காளர்களை ஈர்ப்பது. பெரும்பான்மை வாக்கு வித்தியாசத்தில் நாடாளுமன்றத்தில் வெற்றி பெற்று, தேவைப்படும் சட்டத்தை இயற்றிக்கொள்வது. அஸ்க்கு புஸ்க்கு, பாஸ்க் எல்லாம் தரமாட்டேன் என்று யாரும் அழிச்சாட்டியம் செய்யமுடியாது.

இந்த மூன்றில், கடைசி வழி ஈ.டி.ஏ.வை வெகுவாக வசீகரித்தது. எதற்கு விட்டுவைப்பானேன்? ஓர் ஆட்டம் ஆடித்தான் பார்ப்பது. அதனால்தான் அக்கேரா கஸ்டியக் கட்சியை ஆரம்பித்தார்கள். தோல்விதான். ஆனால், அந்தத் தோல்வி அவர்களைப் பெரிதாக பாதிக்கவில்லை. எத்தனையோ குண்டுகள் கடைசி நேரத்தில் வெடிக்காமல் காலை வாரிவிட்டதில்லையா? பச்சை சட்டை, கறுப்பு கண்ணாடி ஆசாமியைக் கடத்தி வா என்று உத்தரவிட்டால், பச்சை கண்ணாடி, கறுப்பு சட்டை ஆசாமியை சில கமாண்டோ சபாபதிகள் கடத்தி வரவில்லையா? அப்படி நினைத்துக் கொள்ளவேண்டியதுதான். அரசியலில் இதெல்லாம் சகஜமப்பா.

காசா பணமா? கட்சிதானே. பேங்க் அகவுண்ட் ஓப்பன் செய்வதைவிட சுலபமான வேலை. அரசியல் சாயம் பூசிக்கொள்ளாமல் பெரிய காரியங்களை நடத்த முடியாது. பிடிக்கிறதோ பிடிக்கலையோ நடத்தித்தான் ஆகவேண்டும். பதினைந்து நாள்களில் தேர்தல். தலைக்கு மேல் கத்தி. கத்திக்கு மேல் வெடிகுண்டு.

தலைமை ஆசாமிகள் உட்கார்ந்து பேசினார்கள். நல்ல பெயர் ஒன்று உடனே வேண்டும். யோசனைகள் சரமாரியாகப் பறந்து வந்தன. மக்கள் கட்சி, புதிய மக்கள் கட்சி, புரட்சிப் படை, புதிய புரட்சிப் படை, மக்கள் முன்னேற்ற மன்றம், பாயும் சிங்கம், பதுங்கும் நாகம். இன்னபிற. ஜாக்கி சான், ஜெட் லீ சீனப்பட டைட்டில்களை அநாயசமாகத் தூக்கிச் சாப்பிடும் பெயர்கள். ஆனால், எதுவொன்றும் யாருக்கும் பிடிக்கவில்லை. திருப்தியில்லை.

டிக்ஷனரி தேடாமல் சொன்னவுடன் பளிச்சென்று புரியவேண்டும். நல்ல பெயர். முடிந்தவரை சிம்பிளாக, முடிந்தவரை சிக்கென்று இருக்க வேண்டும். புரட்சி என்று வரவேண்டும். இப்பொதெல்லாம் எல்லோருக்கும் புரட்சி என்றால் பிடிக்கிறது. இனிஷியல் போல் கூடக்கூட சேர்த்துக்கொள்கிறார்கள். கிடக்கட்டும். பிறகு, மக்களுக்கான கட்சி என்று வெளிப்படையாகத் தெரியவேண்டும். குறிப்பாக, உழைக்கும் மக்கள், ஏழை மக்கள், ஒடுக்கப்பட்ட மக்கள். இவர்களை ஈர்க்க முடிந்தால் போதும். நாடாளுமன்றம் நம்முடையது. நாளை நமதே. எந்த நாளும் நமதே.

அரை நாள் வீணாண பிறகு, ஒரு பிரகஸ்பதி திடீரென்று கைகளை உயர்த்தினார். பேசாமல், கம்யூனிஸ்ட் கட்சி என்று அழைத்துவிடலாமா?

ஆ, இதுதான், இதுதான், இதேதான். கம்யூனிஸ்ட் கட்சி. சபாஷ், அருமை, பிரமாதம். இருபதுக்கு பதினைந்து தொகுதிகள் ஜெயித்து விட்டது போல் அப்படியொரு பிரகாசம் அத்தனை பேர் முகங்களிலும். மார்க்சிஸ்ட் - லெனினிஸ்ட் எல்லாம் வேண்டாம். அது ஈ.டி.ஏவின் சொத்து. இது வெறும் கம்யூனிஸ்ட் கட்சி. போதும்.

ஆனால், அத்தனை பேருக்கும் சில சந்தேகங்கள் இருந்தன. கம்யூனிஸம் என்றால் சின்னத்திலாவது ஆயுதம் இருந்தாகவேண்டுமே? தடை செய்துவிட மாட்டார்களா? தேர்தலில் போட்டியிடக்கூடாது என்று தடைவிதித்துவிட்டால்? தவிரவும் ஒரு திடீர் கம்யூனிஸ்டு கட்சிக்கு சீனாவிலிருந்தோ க்யுபாவிலிருந்தோ ஏதாவது எதிர்ப்பு வந்தால்?

நான்கைந்து ஃபோன் கால் செய்து, அப்படியெல்லாம் நடக்காது என்பதை உறுதிப்படுத்திக்கொண்டார்கள்.

கம்யூனிஸ்ட் கட்சி என்னும் பெயரை, இன்னமும் மெருகேற்றினார்கள். *Communist Party of the Basque Lands.* பாஸ்க் தேசத்து கம்யூனிஸ்ட் கட்சி. ஸ்பானிய மொழியில் இதன் அசல் பெயர் *Euskal Herrialdeetako Alderdi Komunista.* சுருக்கமாக *EHAK.*

பெயர் ரெடி. உறுப்பினர்கள்? ஈ.டி.ஏகாரர்கள் யாரும் உள்ளே போகக்கூடாது. ஆபத்து. வெளியிலிருந்துதான் ஆள் பிடிக்க வேண்டும். அதுவும் கம்யூனிசம் தெரிந்த உறுப்பினர்கள்? முப்பது நாள்களில் கம்யூனிஸம் கற்றுக்கொள்ளுங்கள் என்று யாராவது புத்தகம் எழுதியிருக்கிறார்களா? பிளாட்ஃபாரக் கடை எதிலாவது கிடைக்குமா?

விசாரித்தார்கள். சில அடிப்படைப் புத்தகங்கள் இருக்கின்றன என்று கேள்விப்பட்டு, உடனடியாக வரவழைத்தார்கள். மிரண்டேவிட்டார்கள். கட்டுக்கட்டாகப் புத்தகங்கள். மார்க்ஸ், ஃபிரெட்ரிக் எங்கெல்ஸ், லெனின், மாவோ. பொருள்முதல் வாதம். புடலங்காய் சாதம். புத்தகத்தின் தலைப்புகளே மிரள வைத்தன. ஒரு அட்சரம் கூட பாஸ்க் அப்பாவிகளுக்குப் புரியாது என்று தோன்றிவிட்டது. பணவீக்கம். உலகச்சந்தை. நிதி ஆதாரம். போல்ஷ்விக். மென்ஷ்விக். மூன்றாம் அகிலம். நான்காம் அகிலம். சே. எல்லாம் பண்டிதர்களுக்கானவை. பாமரர்களுக்கு ஒரு இலக்கியமும் இல்லையா? மூட்டையை அப்படியே கட்டி, பரணில் ஏற்றிவிட்டார்கள்.

இதெல்லாம் சரிப்படாது. கட்சிக்கு ஒரு பெயர். அது பாஸ்க் கம்யூனிஸ்டு கட்சி. அவ்வளவுதான். அடுத்து, லோகோ. கம்யூனிஸம் என்றால் சிவப்பு. *EHAK* என்னும் பெயர் கொட்டை பாக்கு போல் பெரிதாக இருக்கவேண்டும். சிவப்பில் வெள்ளை நன்றாக

உட்காரும் என்பதால் சிவப்பு பேக்கிரவுண்டில் வெள்ளை எழுத்துகளைப் பொறித்துவிடலாம். படம்? சுத்தியல் போட்டுப் பார்த்தார்கள். ஒத்துவரவில்லை. சரி, நட்சத்திரம் போடலாம் என்று போட்டுவிட்டார்கள். கொஞ்சம் பெரிய சைஸில். கவர்ச்சியான லோகோ ரெடி.

இந்தாப்பா, இங்கே வா. இதுதான் பெயர். உடனடியாக இதைப் பதிவு செய்துவிட்டு வா. எங்கே யாரிடம் என்றெல்லாம் தெரியாது. யெல்லோ பேஜஸ் எடுத்துப் பார் தெரியும். தேர்தல் கமிட்டி ஏதாவது இருக்கும். வரும் தேர்தலில் கலந்துகொள்ளப்போகிறோம் என்று சொல். முறைப்படி செய்யமுடியாது என்று யாராவது முறைத்தால், பெட்டி கொடு. இல்லையென்றால், கையை வெட்டி எடு. முடிந்தவுடன், ஒரு ஃபோன் செய்.

அப்போதைக்கு அப்போதே பிரிண்டரை அழைத்தார்கள். இதுதான் லோகோ. சிவப்பு நன்றாக வரவேண்டும். நட்சத்திரமும், *EHAK* பெயரும் வெள்ளையில் இருக்கட்டும். ப்ரூஃப் எடுக்க எல்லாம் நேரமில்லை. உடனடியாக பிரிண்டிங்கை ஆரம்பித்துவிடு. கொடியில் பொறிக்கவேண்டும். போஸ்டர் ஒட்டவேண்டும். வாகனங்களின் பின்னால் ஒட்டவேண்டும். தொப்பி, டீ ஷர்ட், ஜீன்ஸ் பேண்ட், மணி பர்ஸ் எல்லாவற்றிலும் லோகோ அட்டகாசமாக உட்காரவேண்டும். தப்பு வந்தால், தொலைத்துவிடுவேன், தொலைத்து.

மறுநாளே, கொஞ்சம்போல் கொடிகள் வந்து சேர்ந்தன. குண்டர் படை தொண்டர் படையாக உருமாறியிருந்தது. துப்பாக்கியை இடுப்பில் மறைத்துச் சொருகிக்கொண்டு, கொடி ஏந்த

ஆரம்பித்தார்கள். கோணி மூட்டைகளில் லவுட் ஸ்பீக்கர்கள் தருவிக்கப்பட்டன. ஈ.டி.ஏ. கொடுத்த லாண்ட்ரி லிஸ்டைப் பார்த்து ஆயுத சப்ளை ஏஜெண்டுகள் திகைத்துப் போனார்கள். என்ன ஆச்சு இந்த ஈ.டி.ஏ.வுக்கு? சணல் கயிறு, காகிதம், கொடி கம்பு, உருட்டைக்கட்டை, கோந்து என்று விவஸ்தையில்லாமல் கண்டதைக் கேட்கிறார்களே.

அடுத்த இருபத்தெட்டு மணி நேரத்தில் எல்லாம், எல்லாம் வந்துசேர்ந்தன. கட்சியின் பெயரை ரெஜிஸ்டர் செய்தாகிவிட்டது. லோகோ அமர்க்கள மாக பிரிண்ட் ஆகி சுடச்சுட வந்து இறங்கிவிட்டது.

டூவீலர், கார், டாக்ஸி, ரயில் வண்டி என்று கண்ணில் தென்படும் அத்தனை வாகனங்களிலும் கட்டுக் கட்டாக நோட்டீஸ்களை வைத்து அனுப்பி வைத்தார்கள். மறுமுனையில் உள்ள ஈ.டி.ஏ. ஆள்கள் கட்டைப் பிரித்து, மளமளவென்று விநியோகம் செய்தார்கள். பார்க்கும் இடங்களில் எல்லாம் ஆப்பிள் நிறசிவப்பு போஸ்டர்களை ஒட்டினார்கள். ஹோர்டிங், நியான் விளக்குகள் எல்லாம் பொருத்தவேண்டும் என்று ஆசைதான். ஆனால், அவகாசமில்லை.

அடுத்து பிரசாரம். வாடகைக்கு வேன்களை பிடித்தார்கள். டாப் கவரை திறந்துவைத்துவிட்டு, முன்னால் மைக் பொருத்திக்கொண்டார்கள். நேற்று வரை, குண்டு வைத்துக்கொண்டிருந்த ஒரு குண்டு பாஸ், இரு கைகளையும் கூப்பியபடி, வாய் நிறைந்த புன்னகையுடன் நகரை வலம் வர ஆரம்பித்தார்.

எப்படி பிரசாரம் செய்யவேண்டும், என்ன சொல்லி பிரசாரம் செய்யவேண்டும் என்பது பற்றிய தெளிவான வரையறை விரைவில் உருவாக்கப்பட்டது. பேச்சாளர் களுக்குஅச்சடித்தகாகிதங்கள்விநியோகிக்கப்பட்டன.

என் அன்பிற்கினிய வாக்காளப் பெருமக்களே, இது உங்கள் கட்சி. உங்களுக்கான கட்சி. உங்கள் நலனைப் பாதுகாக்கும் கட்சி. இமைப்போதும் சோராமல், உங்களுக்காகப் போராட நாங்கள் தயாராக இருக்கிறோம். நடைபெறும் தேர்தலில் நாங்கள் அமோக வெற்றி பெற உங்கள் ஆதரவும் அன்பும் தேவை.

ம்ஹூம். காதில் கூட வாங்கிக்கொள்ளாமல் நகர்ந்துவிட்டார்கள் மக்கள். கவலையுடன் கூடிப் பேசினார்கள். என்ன சொல்லி பிரசாரம் செய்வது? எப்படி ஈர்ப்பது இந்த பாழாய்ப் போன மக்களை? விடை கிடைத்தது. பாஸ்க். எந்த நோக்கத்துக்காக பாடுபடுகிறோமோ அதைச் சொல்லியே ஆதரவு திரட்டினால் என்ன?

ராவோடு ராவாகப் புதிய கோரிக்கை ஒன்றைத் தயார் செய்தார்கள். சுதந்தர பாஸ்க் பிரதேசம். தன்னிச்சையான தனி அரசாங்கம். எல்லையில்லா சுதந்தரம். புதிய வேலை வாய்ப்புகள். இலவசக் கல்வி. வீட்டு வசதிகள். பாஸ்க் மொழி தேசிய மொழியாக மாற்றப்படும். பாஸ்க் மொழி பேசும் மக்களுக்கு அரசாங்கப் பதவிகள். பாஸ்க் தேசத்து வளங்கள் அத்தனையும் பாஸ்க் மக்களுக்கு மட்டுமே. இன்னும் என்னென்ன வேண்டுமோ அத்தனையும் கிடைக்கும். நீங்கள் செய்ய வேண்டியது எல்லாம் ஒன்றே ஒன்றுதான். *EHAK*க்கு ஆதரவு அளிக்கவேண்டும்.

இந்தப் பிரசாரம் ஓரளவுக்கு நன்றாகவே வேலை செய்தது. புதியவர்கள். அதிரடியாக ஏதோ செய்யப்போகிறார்கள் என்று பரவலாக மக்கள் பேசிக்கொள்ள ஆரம்பித்தார்கள். காவல்துறை குழம்பிப்போய் நின்றது. யார் இவர்கள்? ஸ்பெயினில்

கம்யூனிஸ சித்தாந்தமா? புரியவில்லையே. பாஸ்க் தேசம் என்று வேறு கேட்கிறார்களே. சரி பார்த்துக்கொள்ளலாம்.

தேர்தல் நல்லபடியாக நடந்துமுடிந்தது. கை,கால் நகங்களை எல்லாம் கடித்துக்கொண்டு காத்துக் கொண்டிருந்தது ஈ.டி.ஏ.

ரிசல்ட் வந்து சேர்ந்தது. மொத்தம் 9 சீட்கள் கிடைத்தன. பாஸ்க் கம்யூனிஸ்டு கட்சிக்கு ஆதரவாகக் கிடைத்த வாக்கு சதவீதம் 12.44%.

அன்றே, தலைமை முடிவெடுத்துவிட்டது. பொருள் முதல், கருத்து முதல் வாதங்களெல்லாம், பேசி, எழுதி, படித்து ரசிக்க மட்டும். நமக்குச் சரி, தீவிரவாதம்தான். அது ஒன்றுதான். அது போதும்.

௭

ஆப்பரேஷன் ஆப்பிள்

சித்தாந்தம், வேதாந்தம், அரசியல் அக்கப்போரெல்லாம் வேண்டியமட்டும் பார்த்துவிட்டோம். இனி மேல் ஈ.டி.ஏவின் விசுவரூப தரிசனம்தான் பாக்கி. ஆயிரத்தித் தொள்ளாயிரத்தி அறுபத்தொன்றில் ஆரம்பித்து நாளது சர்வஜித் வருஷம் வைகாசி விசாகத் திருநட்சத்திரம் வரைக்குமான காலகட்டத்தில் அதிசுமார் தொள்ளாயிரம் திருப்பணிகள் புரிந்திருக்கிறார்கள். இதில் மிகச் சாதாரண தேர்ட் க்ரேடு கடத்தல் தொடங்கி, பிரதம மந்திரி கொலை முயற்சிகள்வரைக்கும் வெரைட்டி உண்டு. மாதத்துக்கு எப்படியும் நாலைந்து களப்பணிகளாவது கட்டாயம் இருக்கும். இது மக்களுக்கே போரடித்துவிடாதா என்று கேட்கலாம். ஸ்பானிஷ் போலீஸ்காரர்கள் எப்போதும் டீக்கடையில் தினத்தந்தி படித்துக்கொண்டுதான் இருப்பார்களா என்றும் கேட்கலாம்.

இரண்டுமில்லை. தனது ஒவ்வொரு முயற்சியிலும் புதிதாக ஏதாவதொரு முத்திரை பதிப்பது ஈ.டி. ஏவின் வழக்கம். ஒரு முறை ஒரு நடவடிக்கைக்கு

மேற்கொண்ட உத்தியை அடுத்த முறை தொட மாட்டார்கள். இதற்காக க்ரியேட்டிவ் ஹெட் என்று மெட்டி ஒலி சித்திக், ராதிகா சரத்குமார் மாதிரி யாருடைய தலைமையிலாவது ஒரு டீம் இருக்கிறதா என்று கேட்காதீர்கள். தெரியாது. ஈ.டி.ஏவின் பெருந்தலைகளின் பெயர்களே கூடப் பரவலாக வெளி உலகுக்குத் தெரியாது. எல்லாரும் ஒரே மாதிரி வெள்ளை முகமூடி போட்டுக்கொண்டு ஹி மேன் தி மாஸ்டர் ஆஃப் தி யூனிவர்ஸ் போலத்தான் திரிகிறார்கள். அரசாங்கத்துக்கும் மற்றவர்களுக்கும் எழுதுகிற லிகிதங்களில் தங்கள் கீழ்ப்படிந்த...... என்று கையொப்பம் ஏதும் இடுவதில்லை. வெறுமனே ஈ.டி.ஏ. தலைமையகம். அவ்வளவுதான்.

பல தோல்விகள். பல வெற்றிகள். ஈ.டி.ஏ பொதுவாகத் தாம் மேற்கொள்ளும் தாக்குதல் முயற்சிகளின் வெற்றி தோல்விகள் குறித்து அதிகம் கவலை கொள்வதில்லை. இல்லாவிட்டால் பிறகு எப்படி தொள்ளாயிரம் ஸ்கோர் பண்ணமுடியும்? தனது செயலின் அதிர்ச்சி மதிப்பு ஒன்றே போதும் என்று அவர்கள் கருதுகிறார்கள். அதுவும் வஞ்சனையில்லாமல்தான் இருக்கிறது. ஒவ்வொரு தாக்குதலுக்கும் ஸ்பானிஷ் பத்திரிகைகள் முதல் பக்கத்து எட்டு காலத்தையும் சமர்ப்பணம் பண்ணிவிடுகிறார்கள். அப்புறம் இருக்கவே இருக்கிறது பெட்டிச் செய்திகள் மற்றும் குட்டிச் செய்திகள்.

ஈ.டி.ஏ. செய்திகளில் வாழும் இயக்கம். ஸ்பெயின் மட்டுமல்லாமல் பிரான்ஸ், நெதர்லாந்து, ஜெர்மனி போன்ற தேசங்களிலும் ஈ.டி.ஏவின் தீவிரவாதச் செயல்களுக்கு அதிமுக்கியத்துவம் கொடுத்துப் பிரசுரிக்கிற வழக்கம் இருக்கிறது. ஏனெனில், அவர்கள் தொடும் விஷயங்கள் அப்படி.

இயக்கம் தொடங்கிய முதல் சில வருஷங்களிலேயே இந்த கவன ஈர்ப்பு அவர்களுக்கு சாத்தியமாகிவிட்டது. முதல் முதலில் 1961ல் ஒரு ரயிலைக் கவிழ்க்கும் முயற்சியில்தான் ஈ.டி.ஏ. ஈடுபட்டது. கவன ஈர்ப்பு நடவடிக்கை. அது ஒரு பயணிகள் ரயில். பாலமொன்றில் குண்டு வைத்துவிட்டுப் பல்லைக் குத்திக்கொண்டு காத்திருந்தார்கள்.

எந்தப் புண்ணியசீலனோ, கட்டிக்கொடுத்த குண்டினுள் வெடிபொருளுக்கு பதில் வெங்காய பக்கோடாவை வைத்திருப்பான் போலிருக்கிறது. ரயில் சமர்த்தாக மிதித்துக்கொண்டு கடந்துபோய்விட்டது. வெடிக்கும், வெடிக்கும் என்று காத்திருந்துவிட்டு இருட்டியதும் அலுத்துப் போய் வீடு திரும்பிவிட்டார்கள்.

மறுநாள் கூட்டம் கூட்டி குண்டு வெடிக்காத காரணம் குறித்து ஆலோசித்தார்கள். தன் கையே தனக்குதவி. ஈ.டி.ஏவுக்கென்று அன்றே, அங்கே, அப்பொழுதே தனியொரு வெடிமருந்துத் தயாரிப்புப் பிரிவு தொடங்கப்பட்டது. அந்த வகையில் அந்த வெற்றியடையாத முயற்சியும் ஒரு படி மேலே உயர்த்தியது என்றுதான் சொல்லவேண்டும்.

1968ம் வருஷம் மெலிடன் மன்ஸனாஸ் (Meliton Manzanas) என்றொரு காவல் துறை உயரதிகாரியைக் குறிவைத்தார்கள். ஸ்பெயினில் அந்தக் காலத்தில் அவர் ஒரு சிம்ம சொப்பனமாக இருந்தவர். ரகசிய போலீஸ் பிரிவின் தலைமை இயக்குநர். ஜேம்ஸ் பாண்ட் 007 மாதிரி என்று வைத்துக்கொள்ளுங்கள். ஆனால் சினிமாக்காரரர் இல்லை. நிஜமாகவே பல சாதனைகள் புரிந்தவர். ஈ.டி.ஏவின் பல முக்கியப் புள்ளிகளைத் தேடித்தேடி வடை சுட்டவர்.

நூற்றுக்கணக்கான தீவிரவாத ஆதரவாளர்களை அப்படியே வாரிச் சுருட்டிக்கொண்டு போய் கண் காணாத பிராந்தியத்தில் வைத்து கொத்து பரோட்டா போட்டு பார்சல் பண்ணி வீட்டுக்கு கூரியரில் அனுப்பியவர். ஒரு முழு காவல் இயக்கம் செய்யவேண்டிய பணிகளைத் தனி நபராகச் செய்து முடித்தவர்.

ஈ.டி.ஏ. பலமுறை அவரைத் தீர்த்துக்கட்ட முயற்சி செய்து ஆளை நெருங்கக்கூட முடியாமல் இருந்தது. மாறு வேடத்தில் திரிகிற *007* அவர். பலகாலம் அவரது ஒரு போட்டோவைக்கூட ஈடிஏவினரால் பிடிக்க முடியாமல் இருந்தது.

ஒரு வழியாக ஆளைப் பிடித்து வட்டம் கட்டினார்கள். வீடு, குடும்பம், குழந்தை, குட்டி எல்லாவற்றைப் பற்றியும் தகவல் திரட்டினார்கள். அவரது ப்ரொஃபஷனல் ப்ரொஃபைலைப் பிடித்தார்கள். ஈ.டி.ஏ உள்ளிட்ட தீவிரவாதக் குழுக்களை அழிப்பதற்காக ஸ்பெஷல் ட்யூட்டியில் அவரை அரசாங்கம் நியமித்திருந்த விஷயத்தைக் கண்டுபிடித்தார்கள். இந்த முயற்சியில் அவர் பல சமயம் மனித உரிமை மீறல் செய்திருக்கிறார் என்கிற குற்றச்சாட்டுகள் இருந்ததையும் பிடித்தார்கள். யாரையும் கைது செய்யலாம், ரகசியச் சிறையில் பலகாலம் வைத்திருக்கலாம், தேவைப்பட்டால் போட்டுத்தள்ளலாம் என்று அநாமத்துக்கு ஏகப்பட்ட அதிகாரங்களை அவர் ரகசியமாகக் கைவசம் வைத்திருந்த விவரங்கள் கிடைத்தன.

இனி பொறுப்பதில்லை தம்பி எரிதழல் கொண்டுவா என்றது ஈ.டி.ஏ. தலைமை. உடனடியாக அவரது வீட்டு முகவரி சேகரிக்கப்பட்டது. ஊர் ஊராக, நாடு நாடாகச்

சுற்றுகிற பிரகஸ்பதி என்றாலும் என்றாவது ஒருநாள் வீட்டுக்கு வந்துதானே ஆகவேண்டும்?

ஆனால் எக்காரணம் கொண்டும் ஒன்றுமறியாத அவரது மனைவி மக்களுக்கு எவ்வித இடைஞ்சலும் செய்யவேண்டாம் என்று உத்தரவிட்டார்கள். ஏழுபேரைத் தேர்ந்தெடுத்து பொறுப்பைக் கொடுத்தார்கள்.

நீ வெட்டுவாயோ, சுடுவாயோ, கடத்திப்போய் காக்காய்க்குப் போடுவாயோ தெரியாது. ஆனால் உனக்கு ஒரு மாதம் தான் அவகாசம். மெலிடன் மன்ஸனாஸ் அமரரானார் என்கிற செய்திதான் வரவேண்டும். தப்பித்தார் என்கிற செய்தி வந்தால் நீ தப்பிக்க முடியாது.

தெளிவான, எளிமையான உத்தரவு. வேண்டிய ஆயுதங்களை எடுத்துக்கொண்டு போகச் சொல்லி அனுமதி. செலவுக்குப் பை நிறைய பணம்.

திட்டத்துக்கு ஆப்பரேஷன் ஆப்பிள் என்று பெயரிட்டார்கள். பாஸ்க் மொழியில் ஆப்பிள் என்றால் ஸ்பானிஷில் மன்ஸனாஸ் என்று அர்த்தம். என்ன காமெடி என்றால் ஒரிஜினல் ஸ்பெயின் மக்கள் யாருக்கும் இந்த அர்த்தம் புரியாது என்பது மட்டுமல்ல; பாஸ்க் மொழி பேசுகிறவர்களுக்கே ஆப்பிள் என்றால் என்ன அர்த்தம் என்று தெரியாது. அது பண்டைய பாஸ்க் மொழியிலிருந்து அகழ்வாராய்ந்து எடுக்கப்பட்ட ஒரு சொல். நவீன உலகத்தில் புழக்கம் கிடையாது. அந்த மொழி டிக்ஷனரியில் கூடக் கிடையாது. ஏதாவது நிகண்டைத் தேடினால் கிடைக்கும் போலிருக்கிறது.

தேடிப்பிடித்து அந்தப் பெயரை வைத்து, ஒரு மாத அவகாசத்துடன் அந்த ஏழுபேரை மேற்படி ஜேம்ஸ்பாண்ட் வீட்டுக்கு அனுப்பினார்கள்.

அந்த அரசு வீட்டுக்கு வில்லா அரேனா *(Villa Arana)* என்று பெயர். வீடு என்று சொல்லக்கூடாது. பங்களா. பலமான பாதுகாப்பு ஏற்பாடுகள் செய்யப்பட்ட பங்களா. இருபத்தி நாலு மணி நேர செக்யூரிடி, வேட்டை நாய் சௌகரியங்கள், எடுக்க ஒரு ஆள், பிடிக்க ஒரு ஆள் என்று கிட்டத்தட்ட சுல்தான் மாதிரி வாழ்ந்துகொண்டிருந்தவர் அவர். ஈ, காக்காய் கூட சொல்லாமல் கொள்ளாமல் உள்ளே நுழைய முடியாது. ஸ்பெயினில் பிரதமர், அமைச்சர்கள் போன்ற பல உயர் முக்கியஸ்தர்கள் வட்டத்தில் மாபெரும் செல்வாக்கு கொண்டவர் அவர்.

அப்படிப்பட்டவர் வீட்டை வட்டமிட்டு சரியாக முன்னூறு அடி தொலைவில் ஒரு வீட்டு அவுட் ஹவுசில் வாடகைக்குப் போய்த் தங்கினார்கள் கிங்கரர்கள். பத்து நாளாயிற்று. இருபது நாளாயிற்று. மனிதர் எப்போது வருகிறார் என்று தெரியவில்லை. வீட்டில் எப்போதும் லைட் எரிந்தது. காவலர்கள் நடமாட்டம் இருந்தது.

என்ன பிரச்னை என்றால், அவருக்கு எங்கே ஆபீஸ், தினசரி அங்கே போவாரா, அல்லது வேறெங்கே போவார், என்ன செய்வார் என்று யாருக்கும் தெரியாது. பொதுவாக சம்பளம் வாங்க மட்டும் ஏதோ ஒரு ஆபீசுக்குப் போவார் போலிருக்கிறது. அதுவும் எந்த ஸ்டேஷன் என்று தெரியாது. அத்தனை ரகசிய போலீஸ் அதிகாரி. எனவே இருபத்தி நாலு மணிநேரமும் வீட்டில் வைத்த கண்ணை வாங்காமல் காத்திருந்து இருபத்தி ஆறாவது நாள் ஆளைப் பார்த்துவிட்டார்கள். ஒரு குத்துமதிப்பாகத்தான். போட்டோ அடையாளம் கூடக் கிடையாது. அவர் வண்டியிலிருந்து இறங்கிய தோரணை, மற்ற செக்யூரிடி ஆள்கள் சுற்றி வந்த பவ்யம் ஆகியவற்றைக் கொண்டு அனுமானித்தார்கள்.

சரி, போட்டுவிடலாம் என்று முடிவு செய்து ஒரு பெரிய சாலை பெருக்கும் துடைப்பத்தை எடுத்துக்கொண்டு, தொப்பி ஒன்றை மாட்டிக்கொண்டு, முழங்கால் சைஸ் பேண்ட் ஒன்றைப் போட்டுக்கொண்டு வீதி சேவை செய்பவர்கள் மாதிரி களத்தில் இறங்கினார்கள்.

அண்ணன் ஜேம்ஸ்பாண்ட் மறுநாள் காலை வீட்டை விட்டு வெளியே வந்த நேரம் ஏழு பேரும் அவருக்கு இருபதடி தூர சுற்றளவில் தயாராக இருந்தனர். செக்யூரிடிகள் திரும்பிப் பார்க்கவோ, தடுக்கவோ அவகாசம் தராமல் படபடவென்று சுட்டுத்தீர்த்துவிட்டு ஓடியே போனார்கள்.

கண்ணிமைக்கும் நேரம். வீதியெங்கும் புகை மண்டலம். புழுதி மண்டலம். ரத்த மண்டலம். ஒன்றிரண்டு செக்யூரிடிகளும் அடிபட்டு விழுந்தார்கள் என்றாலும் இறக்கவில்லை. மெலிடன் மன்ஸனாஸ் மட்டும் ஆசுபத்திரிக்கு எடுத்துப்போகக்கூட அவகாசம் தராமல் உயிரை விட்டிருந்தார்.

சரியாக ஏழு குண்டுகள். ஏழு திசையிலிருந்து வந்த குண்டுகள். நெற்றி. மார்பு. வயிறு. வலது தோள். பின் மண்டை. இடுப்பு. ஏழு ஓட்டைகள். ஏழு ரத்தக் குளங்கள்.

அலறிவிட்டது ஸ்பானிஷ் அரசாங்கம். இரண்டு மணிநேரத்தில் எமர்ஜென்சி மாதிரி ஒரு சூழ்நிலைக்கு தேசத்தைக் கொண்டுவந்து ஐம்பதாயிரம் போலீசாரை ஏவி விட்டார்கள். ஈ.டி.ஏ. எங்கே எந்தக் கொசு இருந்தாலும் கொன்று திரும்பு என்று உத்தரவு. அல்லது பிடித்துக்கொண்டு வந்து சேர். பாஸ்க் மொழிப் பிரதேசம் முழுவதும் போலீஸ் தலைகளால் நிரம்பியது. வீடு வீடாகப் புகுந்து தேடினார்கள். வீதி வீதியாக ரெய்டு போனார்கள். டீக்கடை

டீக்கடையாக விசாரித்தார்கள். வீதியில் தென்பட்ட ஒரு ஆண் தலையையும் விட்டுவைக்கவில்லை. அள்ளிக்கொண்டு போய் விசாரணை என்கிற பெயரில் நிஜாரை உருவி பேஜார் பண்ணிவிட்டார்கள்.

உண்மையில் போலீஸ் வசம் அப்போது சிக்கிய ஈ.டி. ஏவினர் மிகவும் சொற்பம். ஏழெட்டு பேர் இருந்தால் அதிகம். ஆனால் சுமார் நாநூறு அப்பாவி மக்கள் அகப்பட்டு அவதிப்பட்டார்கள். ஒரு ஜேம்ஸ் பாண்ட் உசிர் போனது பெரிய விஷயமில்லை. இப்படி பட்டப்பகலில் ஈ.டி.ஏவினர் நடு ரோடில் நிற்கவைத்து ஒரு அதிகாரியைச் சுட்டுக்கொன்றிருக்கிறார்கள் என்றால் எப்பேர்ப்பட்ட துணிச்சல், என்ன நெஞ்சுரம், கொடூரம்! இவர்களை வளரவிட்டால் தேசம் என்னாகும்?

அந்தக் கவலைதான். உடனடியாக ரகசிய போலீஸ், உளவுத்துறை இரண்டு அமைப்பிலும் ஈ.டி.ஏவை கவனிக்கவென்று தனியொரு செல் அமைக்கப்பட்டது. ஒவ்வொர் செல்லிலும் ஐம்பது பேர் நியமிக்கப்பட்டார்கள். அவர்களது பணி, நாளெல்லாம், வாரமெல்லாம், வருஷமெல்லாம், வாழ்க்கையெல்லாம் பாஸ்க் பிரதேசத்தில் தவம் கிடப்பது மட்டுமே. சம்பளம் தபாலில் வீட்டுக்கு வந்துவிடும். பெண்டாட்டி, பிள்ளை குட்டிகளை அரசாங்கம் பத்திரமாகப் பார்த்துக்கொள்ளும். அவர்கள் லீவு போடாமல், ஃப்ராடு பண்ணாமல் ஒழுங்காக பாஸ்க் மாகாணத்தில் சுற்றித்திரிந்து ஈ.டி.ஏவின் நெட் ஒர்க்கைக் கண்டுபிடித்து ஒழிக்கவேண்டும். அவ்வளவுதான்.

சொல்லிவிட்டார்கள். அத்தனை சுலபமா? இதில் மிகப்பெரிய காமெடி என்னவென்றால், எப்போது

ஈ.டி.ஏவுக்கென்று தனியொரு செல் அமைத்து உளவு அதிகாரிகள் பாஸ்குக்கு குடிபெயர்ந்து வந்தார்களோ, அதே காலகட்டத்தில் ஈ.டி.ஏ. திட்டமிட்டு ஐம்பது பேரை மாட்ரிடுக்கு அனுப்பிவைத்தது.

ஐம்பது பேர். ஐம்பது அசைன்மெண்ட். சிறியதும் பெரியதுமாக. வீரியம் அதிகமானதும் குறைவானதுமாக. நீ ஐம்பதா? நான் ஐம்பது என்கிற கணக்கில்லை அது. ஒரு பெரிய ஆட்டம் ஆடிப்பார்த்துவிடுவது என்கிற திட்டம். மிகுந்த பொருட்செலவை உள்ளடக்கிய திட்டங்கள்தான் என்றாலும் துணிந்து இறங்கினார்கள்.

அவற்றில் மிக முக்கியமான சிலவற்றை மட்டும் அடுத்து பார்க்கலாம்.

10

'கார்'கால குண்டுகள்

எழுபதுகளின் தொடக்கத்தில் ஆரம்பித்து அந்தப் பத்து வருடங்களும் ஈ.டி.ஏ. ஸ்பெயினில், முக்கியமாக மாட்ரிட் நகரில் வைத்த குண்டுகளைப் பற்றிப் பேச ஆரம்பித்தால் மிகவும் போரடித்துவிடும். கிட்டத்தட்ட நாற்பத்தி இரண்டு குண்டு வெடிப்புச் சம்பவங்களை அவர்கள் அந்தப் பத்தாண்டு கால அவகாசத்தில் நிறைவேற்றினார்கள். ஒவ்வொரு குண்டுக்கும் ஒரு குறிப்பிட்ட காரணம் இருக்கும் என்றால் கூடப் பேசலாம். அதுவுமில்லை. கொக்குக்கு ஒண்ணே மதி. ஈ.டி.ஏ.வுக்கு பாஸ்கே பிரதானம். எல்லாம் சாதாரண குண்டுகள். சில சமயம் இழப்பு அதிகமிருக்கும். சில சமயம் குறைவாக இருக்கும். அவ்வளவுதான் வித்தியாசம்.

ஆனால் டிசம்பர் *20, 1973* அன்று அவர்கள் அரங்கேற்றிய அந்தப் பாவப்பட்ட பிரதம மந்திரி லூயி கரீரோ பிளாங்கோவின் படுகொலை, ஈ.டி.ஏவின் மீதான அச்சத்தைப் பல மடங்கு உயர்த்திவிட்டது.

இந்தக் கொலையை இப்போது மீண்டும் விவரிக்கவேண்டாமல்லவா? ஈ.டி.ஏ. காவியத்துக்குப் பாயிரம் மாதிரி தொடக்கத்திலேயே பார்த்ததை இங்கே நினைவுபடுத்திக்கொண்டு விடலாம். கார்ப்பரேஷன்காரர்கள் மாதிரி பாலத்துக்கு அடியில் குழிதோண்டி, காரை வெடிக்கவைத்து, கனவானை கர்த்தருடன் இணைத்த கதை.

அது யாரும் எதிர்பாராதது. எதிர்பார்க்கவும் முடியாது. ஒரு பிரதமரைப் போட்டுத்தள்ளுவது என்பது அத்தனை சுலப சாத்தியமல்ல. எழுபதுகளில் அத்தனை பெரிய முயற்சியை வேறு எந்த இயக்கமும் நினைத்துக்கூடப் பார்த்ததில்லை. ஐரோப்பாவில் மட்டுமல்ல. உலகெங்கிலும் கூட. ஆனால் ஈ.டி.ஏ. சாதித்தது. படு சுலபமாக. அநாயாசமாக. கொன்று வீசிவிட்டு, தட்டிக்கொண்டு போயேவிட்டார்கள். வழக்கெல்லாம் நடந்தது. போலீசுக்காரர்களே பேசிக்கொண்டு கலைந்ததுடன் சரி. சம்பந்தப்பட்டவர்கள் யாரையும் ஒன்றும் செய்யமுடியவில்லை. ஒப்புக்குப் பத்து பேரைப் பிடித்து ஈ.டி.ஏக்காரர்கள் என்று கோர்ட்டில் நிறுத்தி என்னமோ விசாரித்து, ஏதோ தண்டனை கொடுத்தார்களே தவிர, மறைந்த பிரதமரின் ஆன்மா சாந்தியடையும் விதத்தில் ஏதும் நடந்தபாடில்லை.

அதன்பிறகு மாதம் ஒன்று அல்லது இரண்டு அல்லது மூன்று என்று பல்வேறு இடங்களில் குண்டு வைத்துக்கொண்டே இருந்தார்கள். எண்பத்தி ஐந்தாம் ஆண்டு வரைக்கும் சற்றும் சலிக்காமல் வைக்கப்பட்ட குண்டுகள் அவை. எதற்காக அம்முயற்சிகள் என்பதற்கு இன்றுவரை சரியான விடை இல்லை. ஆனால் வைத்தார்கள். பல சிவிலியன்களும் சில ராணுவ / போலீஸ்காரர்களும்

இறந்தார்கள். ஒன்றிரண்டு சந்தர்ப்பங்களில் சில அரசு உயரதிகாரிகளும் கொல்லப்பட்டிருக்கிறார்கள். ஆனால் மாபெரும் அதிர்ச்சி ஏற்படுத்திய சம்பவமாக ஏதும் அமையவில்லை.

எண்பத்தைந்தில்தான் ஈ.டி.ஏ. தன் கவனத்தைச் சற்று மாற்றியது. மத்தியக் கிழக்கில், குறிப்பாக பாலஸ்தீனில் ஹமாஸ் அப்போது மிகத் தீவிரமாக கார் குண்டுகள் வைத்துக்கொண்டிருந்தது. தூரத்தில் தென்கிழக்கே இலங்கையில் மனித குண்டுகள் சில வெடிக்கத் தொடங்கியிருந்தன. இதையெல்லாம் ஈ.டி.ஏ. கவனித்தது. வெறும் குண்டுகள், நாலைந்துபேர் படுகொலை என்பது அவர்களுக்கே அப்போது போரடித்துவிட்டிருக்கிறது போலிருக்கிறது. கொஞ்சம் ரூட்டை மாற்றிப் பார்க்கலாம் என்று முடிவு செய்தார்கள்.

தவிரவும் ஐரோப்பிய கலாசாரத்தில் அதுநாள் வரை கார் குண்டுகள் இருந்ததில்லை. மக்களுக்குப் பரிச்சயமில்லை என்பது ஒரு புறமிருக்க, இயக்கங்களுக்கே அதெல்லாம் தெரியாது. சின்னதாக நாலைந்து ஜெலடின்கள் வைப்பதுண்டு. எப்போதாவது ஆர்.டி.எக்ஸ். பெரும்பாலும் துப்பாக்கி முனை. அதுவும் இயந்திரத் துப்பாக்கிகள் அதிகமில்லை. பாக்கெட் சைஸ் துப்பாக்கிதான். ஜேம்ஸ்பாண்ட் படங்களில் காட்டப்படுவது மாதிரி. அதுவே போதுமானதாகத்தான் இருந்திருக்கிறது.

ஈ.டி.ஏ. கார் குண்டுகளை ஸ்பெயினுக்கு அறிமுகப்படுத்தலாம் என்று முடிவு செய்ததும் தனது வீரர்கள் சிலரைப் பயிற்சிக்காக உக்ரைனுக்கு அனுப்பியது. கிலோ கணக்கில் வெடிமருந்துகளைத் தயார் செய்து, அதைப் பாதுகாப்பாக ஒரு சிலிண்டர்

அல்லது கேனில் அடைத்து, காரில் வைத்து ரிமோட் மூலம் வெடிக்கச் செய்வதற்கான பயிற்சி அது.

உக்ரைனில் அவர்களுக்கு யார் பயிற்சியளித்தார்கள், அவர்களுக்கும் இவர்களுக்கும் என்ன மாமன் மச்சான் உறவு என்பதெல்லாம் இன்றுவரை தெரியவில்லை. பழைய சோவியத் யூனியனின் வால்களுள் ஒன்று உக்ரைன் என்பதையும், ஈ.டி.ஏ. ஒரு மார்க்சிஸ்ட் - லெனினிஸ்ட் இயக்கம் என்பதையும் மட்டும் சம்பந்தப்படுத்தி ஒருவாறு உறவுநிலையை விளங்கிக்கொள்ளலாம்.

வெளியில் தெரிந்த தகவல்படி, ஈ.டி.ஏவின் இருபத்தைந்து வீரர்கள் இதன்பொருட்டு 1984ம் ஆண்டின் இறுதியில் உக்ரைனுக்குச் சென்றிருக்கிறார்கள். எப்போது பயிற்சி முடிந்து திரும்பி வந்தார்கள் என்பது தெரியாது. ஆனால் அவர்களது முதல் கார் குண்டு வெடிப்புச் சம்பவம் 1985ம் ஆண்டு செப்டெம்பர் மாதம் அரங்கேறியது.

மாட்ரிட் நகரில் ஒரு பெரிய மருத்துவமனைக்கு எதிரே ஒரு வேனில் குண்டு நிரப்பிய சிலிண்டரைப் பொருத்திக் கொண்டுபோய் நிறுத்திவிட்டு நூற்றைம்பது அடி தொலைவில் நின்றுகொண்டார்கள். யாரோ அரசியல்வாதி ஒருவர் அந்த ஆசுபத்திரியில் சிகிச்சைக்காக (நம்மாள்கள் மாதிரி ஹார்ட் அட்டாக்கெல்லாம் இல்லை. என்னமோ ரெகுலர் செக்கப்.) சேர்ந்திருந்ததை ஒட்டி நிறைய செக்யூரிடி ஆள்கள் நடமாட்டம் இருந்தது. பல பிரமுகர்கள் அடிக்கொருதரம் வந்து போய்க்கொண்டிருந்தார்கள். சரி, பரிசோதனைக்கு வைக்கிற குண்டானாலும் பத்திருபது பேர் பரலோகம் போய்ச் சேர்ந்தால் நல்லதுதானே என்று நினைத்தார்களோ என்னமோ.

குண்டுக்காரை நிறுத்திவிட்டுத் தொலைவில் போய் நின்றுகொண்டார்கள்.

ஒன்று. இரண்டு. மூன்று. எண்ணிவிட்டு ரிமோட்டை அழுத்த, வெடித்த கார் பத்தொன்பது அடி உயரத்துக்கு எழுந்து விழுந்து நொறுங்கியது. திகுதிகுவென்று எரிந்த தீயில் தேடியபோது பதினாறு காவலர்கள் இறந்திருந்தார்கள். ஒரே ஒரு அமெரிக்க சுற்றுலாப் பயணியும் பலியாகியிருந்தார்.

நல்லது. கார் குண்டு சக்திமிக்கதுதான். வெறும் குண்டுகளைக் காட்டிலும் இனி இதையே பயன்படுத்தலாம் என்று குண்டு வைத்த பிரகஸ்பதிகள் மேலிடத்துக்கு ரிப்போர்ட் கொடுத்துவிட்டு விடுமுறைக்கு ஹாலந்து போய்விட்டார்கள்.

ஈ.டி.ஏ. மேலிடம் நடந்த சம்பவத்தை அறிவியல்பூர்வமாக கவனித்துக் குறிப்பெடுத்தது. ஒரு கார் வெடிக்கிறபோது எழுகிற சத்தமும் அதிர்ச்சியும் அழிவும் கணிசமானதுதான். சந்தேகமில்லை. ஆனால் இதை அடிக்கடி செய்யமுடியாது. பெரிய அளவில் காரியங்களைச் சாதிக்க நினைக்கும்போது மட்டும் பயன்படுத்தலாம். உக்ரைன் பயிற்சி உபயோகமானதுதான்.

சம்பவம் நடந்த சில மணி நேரங்களுக்குள் ஈ.டி. ஏவின் பல முக்கியப் புள்ளிகள் பிரான்சுக்குத் தப்பிச் சென்றுவிட்டார்கள். சாதாரண சோல்ஜர்கள் அத்தனை பேரையும் மாறு வேடத்தில் போய்விடச் சொல்லிவிட்டார்கள். ஒரு வாரம், பத்து நாள் ஈ.டி.ஏ. இருக்குமிடமே யாருக்கும் தெரியவில்லை. இயக்கமே கலைந்து விட்டதோ என்று உளவு அதிகாரிகளே நினைக்குமளவுக்குப் பதுங்கியிருந்தார்கள். அதன்பின் மீண்டும் தத்தம் யதாஸ்தானங்களுக்கு வந்து ஜனநாயகக் கடமையாற்றத் தொடங்கினார்கள்.

ஸ்பெயின் முழுவதும் பயம் பற்றிக்கொண்டது. இது புதுசு. முற்றிலும் புதுசு. ஈ.டி.ஏ தன் தாக்குதல் உத்திகளை இவ்வாறு நவீனப்படுத்திக்கொள்வது என்பது மிகவும் அபாயகரமானது. எத்தனையோ செய்ய முடிகிற அரசாங்கத்தால், இவர்களை ஏன் ஒன்றும் செய்யமுடியவில்லை? யார் என்பது தெரியும். எங்கே இருக்கிறார்கள் என்பது தெரியும். பாஸ்க் பிராந்தியம் முழுவதையும் சுற்றி வளைத்துச் சூறையாட முடியாதா என்ன?

மக்கள் நினைத்தது சரிதான். ஆனால் ஈ.டி.ஏவின் பதுங்கு தளங்களை அத்தனை எளிதில் நெருங்கிவிட முடியாது என்பதுதான் உண்மை.

பொதுவாக அவர்கள் நகர்ப்புறங்களில், கிராமப் புறங்களில், மலைப்பகுதிகளில், காட்டுப் பகுதிகளில், நதிக்கரையோரங்களில் தம் இருப்பிடங்களை வைத்துக்கொள்வதில்லை. வேறு எங்கே? அதுதான் சஸ்பென்ஸ். ஜேம்ஸ்பாண்டுகள் கண்டுபிடிக்கவேண்டிய விஷயம். தவிர, ஈ.டி.ஏவின் அதிகாரபூர்வ இருப்பிடங்கள் என்று போலீஸ் வட்டமிட்டுக் காட்டுகிற இடங்களிலெல்லாம் ஒரு டேபிளும் இரண்டு சேரும் மட்டும் இருக்கும். ஃபேன் ஓடும். பானையில் தண்ணீர் இருக்கும். யாராவது ரெண்டு பேர் உட்கார்ந்து மங்காத்தா ஆடிக்கொண்டிருப்பார்கள். ஏதாவது சாரிட்டி அலுவலகமாக அது இருக்கும். தீவிரவாதம் அது இது என்று பேசிக்கொண்டு ரெய்டு, கிய்டு போனால் பெப்பெப்பே என்று விழிப்பார்கள். உண்மையிலேயே அங்கிருக்கிறவர்களுக்கு எதுவும் தெரியாது என்பதுதான் விஷயம். அவர்கள் தபால் பரிவர்த்தனைக்காக நியமிக்கப்பட்டிருக்கும் வேலைக்காரரர்கள். அவ்வளவுதான்.

எனில் ஈ.டி.ஏ. தலைகள் எங்கே இருக்கும்? பிரான்ஸில்? ஸ்பெயினிலும் பிரான்சிலும்தான் அவர்கள் வசிக்கிறார்கள். இதில் சந்தேகமில்லை. ஆனால் பெரும்பாலும் அவர்களது இருப்பிடம் யாருக்கும் தெரியாது. பல உளவுத்துறை அதிகாரி களின் ரிப்போர்ட்டுகளை திரும்பத்திரும்ப வாசித்துப் பார்த்துத் தேடினாலும் அகப்படுகிற விஷயம் ஒன்றுதான்.

ஈ.டி.ஏ.வின் பெரும்புள்ளிகளும் சிறு புள்ளிகளும் தமக்கென்று பதுங்குத் தளங்கள், அல்லது அலுவலகங்கள் என்று எதையும் வைத்துக்கொள்வ தில்லை! மக்கள் புழங்கும் எல்லா இடங்களிலும் சாதாரணமாக அவர்களும் புழங்குவார்கள். ஒரு ஹோட்டலிலோ, டீக்கடையிலோ சந்தித்துப் பேசக்கூடும். அல்லது தேவாலயங்களில். பிற பொது இடங்களில். வேலை முடிந்ததும் தத்தம் வீடுகளுக்குப் போய்விடுவார்கள். எல்லாரைப் போலவும் வீடு. எல்லாரைப் போலவும் ஆபீஸ்! அவர்கள் ஈ.டி.ஏ. உறுப்பினர்கள் என்பது இயக்கத்தில் இருக்கிறவர்களுக்கு மட்டும்தான் தெரியும். மற்றபடி அல் காயிதா மாதிரியோ, ஹமாஸ் மாதிரியோ, ஹிஸ்புல்லா மாதிரியோ, ஆபீஸ் வைத்து, நிரந்தரமான பயிற்சி முகாம்கள் அமைத்து, இங்கேதான் இருக்கிறார்கள், இந்த நேரத்தில் இன்ன செய்வார்கள் என்று இடம் சுட்டிப் பொருள் விளக்கும் விதத்திலோ அவர்கள் நடந்துகொள்வதே இல்லை.

இதனால்தான் கொத்துக்கொத்தாக ஈ.டி.ஏவினரைக் கைது செய்வதோ, முகாம்களைத் தேடி அழிப்பதோ முடியாத காரியமாக இருக்கிறது. ரகசிய ஆயுதக் கிடங்கு, பதுங்கு தளங்கள் உண்டு. அதையும்கூட குறிப்பிட்டகால இடைவெளியில் மாற்றிக்கொண்டே

இருப்பார்கள். முன்பே பார்த்ததுபோல், கழற்றி ஒரு கோணியில் போட்டு மூட்டை கட்டி எடுத்துப் போகிற ரெடிமேட் வீடுகள்தான் அவர்களிடையே அதிகப் புழக்கம். மிக நீண்ட காலத் தேடுதல் வேட்டைக்குப் பிறகுதான் இந்த விஷயம் ஸ்பானிஷ் போலீஸுக்கே தெரியவந்தது. வெறுத்துப் போய்விட்டார்கள்.

அதன் விளைவு - ஈ.டி.ஏவின் அடுத்த குண்டு வெடிப்பு ஒன்றில் சம்பந்தப்பட்டு, கைதான தீவிரவாதி ஒருவன் அகப்பட்டபோது கடுப்பில் 1,401 வருஷ ஜெயில் தண்டனை கொடுத்தார்கள்! (கவனிக்கவும் - மரண தண்டனை கிடையாது!)

1986 ஜூலை 14ம் தேதி தனது இரண்டாவது கார் குண்டுத் தாக்குதலை வெற்றிகரமாக நிகழ்த்தியது ஈ.டி.ஏ. மாட்ரிட் நகரில் உள்ள ரிபப்ளிகா டொமினிகானா சதுக்கத்தில் வைத்து இந்தக் காரியத்தைச் செய்தார்கள். இம்முறை இன்னும் பெரிய கார். இன்னும் பெரிய சிலிண்டர். மேலும் சக்திவாய்ந்த குண்டு.

போலீஸ் பயிற்சிக்கல்லூரியில் படித்துக்கொண்டிருந்த இளம் காவலர்களை ஏற்றிக்கொண்டு போன ஒரு மினி பஸ்ஸைக் குறிவைத்து நிகழ்த்தப்பட்ட தாக்குதல் அது. குண்டு வைக்கப்பட்ட காரை அந்த பஸ் கடந்த கணத்தில் வெடிக்கச் செய்தார்கள். பஸ்ஸில் மொத்தம் அறுபத்திரண்டு பேர் இருந்தார்கள். அதில் பன்னிரண்டு பேர் உடனடியாக இறந்தார்கள். மற்ற அத்தனை பேரும் குத்துயிரும் குலை உயிருமாக மருத்துவமனைக்கு எடுத்துச் செல்லப்பட்டார்கள். பிராந்தியமே அடுத்த ஒரு சில மணி நேரங்களுக்கு ரணகளமாகிப் போய்விட்டது. ஒரே கூச்சலும் குழப்பமும் அலறலுமாக, நிலைமை கட்டுக்கு வரவே வெகுநேரமானது.

ஈ.டி.ஏவுக்கு இந்த உத்தி மிகவும் பிடித்துவிட்டது. கார் குண்டு. அடடா, என்ன ஒரு கண்டுபிடிப்பு! ஹமாஸுக்கு மனத்துக்குள் நன்றி சொல்லிக் கொண்டார்களோ என்னமோ. தனது அடுத்தடுத்த தாக்குதல்களில் பெரும்பாலானவற்றை கார்கள் மூலமே அவர்கள் நிகழ்த்தினார்கள்.

பார்சிலோனாவில் ஒரு சூப்பர் மார்க்கெட்டின் கார் பார்க் பகுதியில் ஒரு சம்பவம். போலீஸ் குவார்ட்டர்ஸ் பகுதி ஒன்றில் ஒரு கா.கு. அதே போலீஸ் குவார்ட்டர்ஸை ஒட்டியிருந்த பயிற்சிப் பள்ளி வளாகத்தில் ஒரு கா.கு. நட்ட நடுச் சாலையொன்றில் ஒரு ராணுவ லாரியைக் குறிவைத்து ஒன்று. ஒன்றில் இருநூறு கிலோ. அடுத்ததில் இருநூற்றைம்பது. மூன்றாவதில் நூற்றைம்பது கிலோ. என்னமோ கல்யாணத்துக்கு கோயம்பேடில் காய்கறி கொள்முதல் செய்வது போல வெடிமருந்து கொள்முதல் செய்து கார் காராக ஏற்றி அனுப்பிக்கொண்டே இருந்தார்கள்.

எண்பதுகளில் ஸ்பெயினில் நிறைய கார்கள் வெடித்தன. அனைத்தும் ஈ.டி.ஏவின் திருப்பணி. அரசாங்கம், காவல்துறையையும் துணை ராணுவத்தின் ஒரு பகுதியையும் விடாமல் துரத்தித் துரத்தி ஈ.டி. ஏவை அடக்க முயற்சி மேற்கொண்டது. பாஸ்க் மாகாணத்தில் தினசரி ரெய்டு இருக்கும். இண்டு இடுக்கு விடாமல் புகுந்து தேடத்தான் செய்வார்கள். சந்தேக கேஸ்களாக பல நூற்றுக்கணக்கானவர்களைக் கொத்திக்கொண்டுபோய் விசாரிப்பார்கள். உருப்படியாக நாலு வரித் தகவல் கூட அகப்படாது.

ஜனநாயகத்தின்மீது அசைக்க முடியாத நம்பிக்கை கொண்ட தேசம் ஸ்பெயின். பேச்சுவார்த்தைகளுக்கு எப்போதும் அவர்கள் தயார். ஆனால்

பிரிவினைவாதிகள் விஷயத்தில் விட்டுக்கொடுக்கும் உத்தேசம் ஏதுமில்லை. ஆனால் சில தாற்காலிக சமரசங்களுக்கு அவர்கள் எப்போதும் தயாராகவே இருந்தார்கள்.

ஈ.டி.ஏ. எத்தகைய மாற்று ஏற்பாடுகளுக்கும் தான் தயாரில்லை என்று சொல்லிவிட்டது. அடைந்தால் தனி பாஸ்க் தேசம். அடையும் வரை ஸ்பெயினில் வெடித்துக்கொண்டே இருப்போம்.

1995ம் ஆண்டு ஒரு பெரிய காரியத்துக்குத் திட்டமிட்டார்கள். ஸ்பெயினின் மன்னரையே போட்டுத்தள்ளும் திட்டம் அது. ஏழெட்டு அத்தியாயங்களுக்கு முன்பு பார்த்தோமே, அந்த ஜான் கார்லோஸ் ஒண்ணு.

11

மன்னர் வருகிறார், பராக்!

நமக்கு அதிகம் பரிச்சயமானவரில்லை என்றாலும் ஸ்பெயின் மன்னர் ஜான் கார்லோஸ் 1 ரொம்பப் பெரிய ஆள். பதவியால் மட்டுமல்ல. அவருக்கு இருந்த மக்கள் செல்வாக்கு மகத்தானது. ஸ்கேல் வைத்து அளந்து பார்த்தால் ஏழெட்டு அடி தொலைவில் அவர் இங்கிலாந்து ராணி விக்டோரியாவுக்கு ஒண்ணு அல்லது இரண்டு அல்லது மூணு விட்ட சகோதரர் உறவு வருவார். 1938ம் ஆண்டு ரோம் நகரில் பிறந்து, ஸ்பெயினுக்கு இடம் பெயர்ந்தவர். ஸ்பெயினின் புகழ்பெற்ற ராணுவ ஆட்சியாளர் ஃப்ரான்சிஸ்கோ ஃப்ராங்கோ(குறித்து ஏற்கெனவே சில வரிகள் பார்த்திருக்கிறோம்!) 1975 நவம்பரில் இறந்ததும் எவ்வித சிக்கலும் இல்லாமல், ஒட்டுமொத்த தேசத்தின் சப்போர்ட்டுடன் ஸ்பெயினின் மன்னராக முடிசூட்டப்பட்டவர்.

பதவிக்கு வந்ததும் ஜான் கார்லோஸ் புரிந்துகொண்ட முதல் விஷயம், இனி இங்கே சர்வாதிகாரம் உதவாது

என்பதுதான். ஜனநாயகத்தை மிகத் தீவிரமாக நேசித்தவர் அவர். ஆனால் முடியாட்சி ஜனநாயகம் என்கிற ஃபார்முலாதான் மேற்கில் ஃபேமஸ். இங்கிலாந்தில் இருக்கிற அதே மாடல். மன்னர் ஒருவர் இருப்பார். நாடாளுமன்றமும் இருக்கும். பிரதமர் இருப்பார். அமைச்சர்கள், எம்.பிக்கள் இருப்பார்கள். சட்டங்களை நாடாளுமன்றம்தான் இயற்றும். ஆனாலும் அரசரின் பெயரிலேயே அவை அமலாகும். எந்தச் சட்டத்தையும் தூக்கவோ நீக்கவோ மன்னருக்கு அதிகாரம் உண்டு.

சமர்த்து மகாராஜாவான கார்லோஸ் அந்தமாதிரி காரியம் எதையும் தனது சர்வீசில் செய்ததில்லை. தேசம் எக்காரணம் கொண்டும் இனியொருமுறை சர்வாதிகார ஆட்சியின்வசம் விழுந்து விடக்கூடாது என்பதுதான் அவரது கொள்கை. அதற்காக எப்போதும் நாடாளுமன்றத்தை அரவணைத்துக்கொண்டும், தேர்தல்களை ஒரு தேசியத் திருவிழாவாகக் கொண்டாடிக்கொண்டும் இருந்தவர் அவர்.

ஸ்பெயினில் அவருக்கும் அவரது திருமதிக்கும் (மாட்சிமை பொருந்திய மகாராணி கிரீஸின் இளவரசியாக இருந்தவர். ஸ்பெயின் ராணி ஆவதன் பொருட்டு ரோமன் கத்தோலிக்க மதத்துக்கு மாறியவர்.) லட்சக்கணக்கான ரசிகர்களே உண்டு. மன்னர் படு ஜாலியானவர். பொது நிகழ்ச்சிகளுக்கு பந்தா இல்லாமல் வந்து கலந்துகொள்வார். எம்.ஜி.ஆர். மாதிரி ஆயாக்களைப் பார்த்தால் கட்டிப்பிடித்துக்கொள்வார். கட்சி வித்தியாசம் பாராமல் எல்லா அரசியல்வாதிகளுடனும் நட்பு கொண்டவர். யாராவது எதையாவது கேட்டு மனு எழுதினால் உடனடியாகச் செய்துகொடுக்கச் சொல்லி உத்தரவிடுவார்.

இதெல்லாம் கூட சாதாரணம் என்று விட்டுவிடலாம். 1978ம் ஆண்டு ஸ்பெயினில் அரசியல் சட்டத்தில் ஒரு திருத்தம் கொண்டுவர அவசியம் ஏற்பட்டது. அதிகாரங்கள் அனைத்தும் நாடாளுமன்றத்தின் வசமே இருக்கும் என்றும் மன்னருக்கு எந்த அதிகாரமும் கிடையாது என்றும்.

தேச நலனை முன்னிட்டு, தாமே முன்வந்து அந்தச் சட்டத் திருத்தத்தை அறிமுகப்படுத்திவைத்தவர் கார்லோஸ். பச்சையாகச் சொல்வதென்றால் அதன்பின் அவர் டம்மி மன்னர்தான். ஆனாலும் சந்தோஷமாகவே அதனை ஏற்றுக்கொண்டார்.

இதனால் அவரது இமேஜ் கற்பனை செய்ய முடியாத அளவுக்கு வளர்ந்ததே தவிர, ஒரு சிறு சறுக்கலும் இல்லை. இன்றைக்கு வரை அவரது பேச்சுதான் ஸ்பெயினில் பிரதானமாக எடுபடும். தேசத்தின் மனச்சாட்சியாகவே அவரை மக்கள் பார்க்கிறார்கள்.

இந்த விஷயங்களையெல்லாம் யோசித்துப் பார்த்த பிறகுதான் மன்னரைக் கொன்றுவிடலாம் என்று முடிவு செய்தது ஈ.டி.ஏ.

இது மட்டும் சாத்தியமென்றால், இதனைக்காட்டிலும் மாபெரும் அதிர்ச்சி என்று ஏதும் இருக்க முடியாது. முழு தேசத்தையுமே ஒரு குலுக்கு குலுக்கினது போலாகிவிடும். அத்தனை பேரும் கவனிப்பார்கள். ஸ்பெயினில் மட்டுமல்ல. உலகம் முழுவதும். மன்னரே போய்விட்டால் மாற்றங்கள் தவிர்க்கமுடியாததாகும். சிறிய அளவில் ஒரு உள்நாட்டுப் புரட்சி கூட சாத்தியம்தான். பாஸ்க் தேசம் இருக்கட்டும், முழு ஸ்பெயினையுமே கூடக் கனவு காணலாம். குழப்பத்தின் பிடியில் தேசம் இருக்கும்போது மீன் பிடிப்பது பெரிய விஷயமாக இருக்காது.

இவ்வாறெல்லாம் யோசித்து, மன்னரைக் கொல்லலாம் என்று முடிவுக்கு வந்தார்கள். நூறு பேர் கொண்ட குழு ஒன்றை அமைத்தார்கள். எந்தெந்த விதங்களில் மன்னரை அணுக முடியும், எப்படி முயற்சி செய்தால் காரியம் கைகூடும் என்று அலசி ஆலோசித்து அறிக்கை தரவேண்டியதே அவர்களது பணி.

'சேச்சே. இதற்கு இத்தனை பெரிய குழுவெல்லாம் எதற்கு? மன்னர் ஒரு பசு. ஈசியாகக் கடத்திக்கொண்டேகூட வந்துவிடலாம்'

'மன்னர் எளிமையானவராக இருக்கலாம். ஆனால் செக்யூரிடி ஆசாமிகள் கிங்கரர்கள். அத்தனை சுலபத்தில் அணுக முடியாது. ஏழு கட்ட பாதுகாப்பு வளையங்கள் உண்டு.'

'பொதுக்கூட்டங்களில் நிறைய பங்குபெறுகிறாரே. மக்கள் நெருங்கி கைகொடுக்கிறார்களே.'

'அதெல்லாம் செட்டப். கூலிக்கு கூட்டிவந்து விடுவார்கள். நம்பாதே. இது உண்மையிலேயே மிகப்பெரிய சேலஞ்ச்.'

'அரண்மனைக்குள் நம்மால் ஊடுருவ முடியுமா?'

'அத்தனை எளிதல்ல. நியாயமான காரணம் சொல்லி அப்பாயின்மெண்ட் கேட்டு இரண்டு மாதம் காத்திருந்தால்தான் கிடைக்கும். அங்கும் ஏழு கட்டப் பரிசோதனைகள் உண்டு. கிட்டத்தட்ட நிர்வாணமாகத்தான் மன்னரை நெருங்கமுடியும். அதுவும் இருபதடி தொலைவில்தான் நிற்க அனுமதி கிடைக்கும்.'

'அரண்மனையில் எதாவது வேலைக்கு நம் ஆள்களை அனுப்பி..'

'மூஞ்சியைப் பார்! பாஸ்க் முகத்தைப் பார்த்தாலே தெரியாதா? எவன் கொடுப்பான் வேலை? மூக்கு ஆப்பரேஷன் பண்ணிக்கொண்டு வேண்டுமானால் முயற்சி செய்யலாம். ஆனால் நடக்காது.'

நாள் கணக்கில், வாரக்கணக்கில் யோசித்தார்கள். இடையில் ஒன்றிரண்டு முறை துப்பாக்கியுடன் சிலபேரை மன்னர் கலந்துகொள்ளும் பொதுக் கூட்டங்களுக்கு அனுப்பி சாத்தியங்களை ஆராய்ந்து வரச் சொன்னார்கள்.

ம்ஹூம். கிட்டே கூட நெருங்கமுடியவில்லை. டைட் செக்யூரிடி. ஒரு கொண்டை ஊசியைக் கூட எடுத்துச் செல்ல முடியாமல் இருந்தது. என்னதான் செய்வது என்று இரவெல்லாம் பகலெல்லாம் யோசித்தார்கள். மன்னரை மட்டும் கொன்றுவிட முடியுமென்றால் அது ஈ.டி.ஏ.வின் சரித்திரத்தில் மாபெரும் திருப்புமுனையாக அமைந்துவிடும். இயக்கத்தின் தீவிரத்தையும் வீரியத்தையும் வெளிச்சமிட்டுக் காட்டியது போலாகும். ஒரு பெரிய கவனம் கிடைக்கும். உலகம் தங்கள் குரலைப் பொருட்படுத்திக் கேட்கும்.

சரி, சோர்வடையாமல் முயற்சி செய்யலாம் என்று முடிவு செய்து நிறைய உளவாளிகளைத் தயார் செய்து அனுப்பிவைத்தார்கள். மன்னரைப் பற்றிய தகவல்கள் வேண்டும். என்ன தகவலானாலும் சரி. பைசா பிரயோஜனமில்லாத விஷயங்களும் சம்மதமே. அவரது நடை, உடை, பாவனை, சாப்பாடு, குளியல், டிரெஸ்ஸிங் சென்ஸ், குடும்பம், உறவினர்கள், நண்பர்கள், நெருக்கமானவர்கள், நெருக்கமில்லாதவர்கள், வேண்டியவர்கள், வேண்டாதவர்கள், அரண்மனையில் வசிக்கும் பிறர்,

அரண்மனைக்கு அடிக்கடி போய்வருகிறவர்கள், அதிகாரிகள், சுற்றுப்பயண விவரங்கள், செகரட்டரி குறித்த விவரங்கள், அனைத்தும், அனைத்தும் வேண்டும் என்று சொல்லியனுப்பினார்கள்.

ஈ.டி.ஏவின் உளவுப்படை மன்னரின் அரண்மனையை நோக்கிப் புறப்பட்டது.

மாட்ரிட் நகருக்கு வெளியே மாண்ட் டெல் பர்டோ *(Monte del Pardo)* என்கிற இடத்தில் - வெறும் இடமல்ல; படு அழகான இடம் - இருக்கிறது, ஸ்பெயின் மகாராஜாவின் அரண்மனை. ஜார்ஜுவேலா அரண்மனை என்று அதற்குப் பெயர். எத்தனை ஏக்கர் பரப்பளவு என்று அளந்துதான் பார்க்கவேண்டும். கிட்டத்தட்ட ஒரு கிராமம் சைஸ் என்று வைத்துக்கொண்டால் நமக்குப் போதும். செவ்வக வடிவ சொர்க்க லோகம் அது. உள்ளே போனால் வெளியே வர வழி தெரியாது. பளிங்கும் பவளமும் தங்கமும் வெள்ளியும் இழைத்த மதனமாளிகை. பதினேழாம் நூற்றாண்டில் ஐந்தாம் பிலிப் என்கிற மன்னர் காலத்தில் கட்டப்பட்டது. இன்றைக்கு வரை அங்கே ஏசிக்கோ, ஹீட்டருக்கோ அவசியமில்லை. கோடைகாலத்துக்கேற்ற அறைகள், குளிர் காலத்துக்கு ஏற்ற அறைகள் என்று இதம் தரும் இயற்கை அறைகள் பல உண்டு. அந்தக் காலத்து கட்டட விற்பன்னர்கள் காட்டிய வித்தை அது. மாபெரும் தோட்டங்கள், மலர்ப் பந்தல்கள், நீச்சல் குளம், டென்னிஸ் கோர்ட், கோல்ஃப் மைதானம், பிரம்மாண்டமான பார், நீள நீளமான அலுவலக அறைகள், ஏழெட்டு உணவுச்சாலைகள், கலை நிகழ்ச்சிகளுக்குத் தனி அரங்கம், தியேட்டர்கள் என்று என்னென்ன வேண்டுமோ எல்லாமே உள்ளே உண்டு.

சாமானியர்கள் உள்ளே போவதென்பது சாத்திய மில்லாத காரியம். உள்ளே வசிக்கும் ஊழியர்கள் வெளியே வருவதற்கும் அவசியம் கிடையாது. கத்திரிக்காய், கொத்துமல்லி, கொசுவர்த்திச் சுருள் முதற்கொண்டு அனைத்தும் உள்ளேயே கிடைக்கும். அரண்மனை ஊழியர்களுக்கான வீடுகள், பள்ளிகள், ஆசுபத்திரிகள் யாவும் அங்கேயே. ஒரு சுற்றுலா மாதிரி எப்போதாவது வெளியுலகத்துக்கு வந்து போனால் போதும். ஆனால் சொர்க்கத்தை விட்டுவிட்டு யார் சுற்றுலாவுக்கு வருவார்கள்?

ஆனாலும் பரவாயில்லை என்று ஈ.டி.ஏவின் உளவாளிகள் அரண்மனையைச் சுற்றி வட்டமிடத் தொடங்கினார்கள். ஒரு சிறு துப்பு கிடைக்காதா என்று தப்பு ஏதும் பண்ணாமல் தவமிருந்தார்கள். தபால்காரர்கள், கொரியர்வாலாக்கள், அரண் மனைக்குள் சென்று வரக்கூடிய லாரி டிரைவர்கள், ஆம்புலன்ஸ் வேன் டிரைவர்கள் என்று சாத்தியமுள்ள அனைவருடனும் பேசிப்பேசி நட்பு ஏற்படுத்திக்கொண்டார்கள். கொஞ்சம் கொஞ்சமாக முன்னேறி எப்படியோ ஒரு ரெக்கார்ட் க்ளார்க்கின் சிநேகிதத்தைப் பெற்று, அதன் மூலம் மன்னரின் அடுத்த ஆறு மாதத்துக்கான ப்ரோக்ராம் டைரியின் ஜெராக்ஸ் பிரதி ஒன்றை வாங்கிவிட்டார்கள்.

இது போதாது?

யதேஷ்டம். பகவான் அனுக்கிரகம் பரிபூரணமாக இருக்கிறது. மன்னர் வாழ்க. அவர் வம்சம் தழைக்கக்கடவது. எடுத்துக்கொண்டு தங்கள் பேட்டைக்கு ஓடியே போய் மேலிடத்தில் அந்த டைரியைக் கொடுத்துவிட்டுக் கைகட்டி நின்றார்கள். அடுத்த வேலை என்ன?

அவசர அவசரமாகப் புரட்டினார்கள். எங்கெங்கே என்னென்ன விழாக்கள் நடக்கின்றன என்கிற விவரம் அதில் இருந்தது. யார் யார் கலந்துகொள்கிறார்கள் என்கிற விவரமும். மன்னர் எந்தெந்த விழாக்களில் தலைமை தாங்குகிறார், திறந்து வைக்கிறார், சிறப்புரை ஆற்றுகிறார் போன்ற விவரங்களும்.

கூடவே அந்தந்த இடங்களின் புவியியல், மக்கள் தொகை விவரங்கள், எந்தெந்த இனக்குழு மக்கள் அதிகம் வசிக்கிறார்கள், அவர்களது சமூக, அரசியல் பின்னணி போன்ற விவரங்களும் இருந்தன. ஒவ்வொரு கூட்டத்துக்கும் என்னென்ன விதமான செக்யூரிடி ஏற்பாடுகள் செய்யப்படுகின்றன என்பது குறித்த சில மேலோட்டமான தகவல்களையும் அதிலிருந்து பெறமுடிந்தது.

மிகப்பெரிய லக்கி ப்ரைஸ் என்று நினைத்துக் கொண்டார்கள். இந்தத் திட்டம் என்ன ஆனாலும் சரி. ஒரு மன்னர் என்பவர் எப்படிப்பட்ட பாதுகாப்பு வளையத்துக்குள் இருக்கிறார் என்பதை வெளிப்படையாகத் தெரிந்துகொள்ள அது ஒரு பெரிய வாய்ப்பல்லவா?

குறிப்பிட்ட நிகழ்ச்சிக்கு மன்னர் வருகிறார் என்றால் மூன்று மாதங்களுக்கு முன்பிருந்தே அந்த இடத்தை வட்டமிட்டு உளவுத்துறை அதிகாரிகள் செயல்பட ஆரம்பித்துவிடுவார்கள் என்கிற தகவல் முதல் முறையாக அவர்களுக்குத் தெரியவந்தது அப்போதுதான்.

அதன்பிறகு நிகழ்ச்சி நடைபெறும் இடத்தைச் சுற்றி ஆயிரம் மீட்டர் பரப்பளவை ரகசியமாக அடையாளம் இட்டு காவல் அதிகாரிகளிடம் அளித்துவிடுவார்கள். அதன்பின் அந்த இடம் காவல்

துறையின் ரகசியக் கண்காணிப்புக்கு உள்ளாகும். இருபத்திநான்கு மணிநேரக் காவல். அணு அணுவாக மோப்ப நாய்களை வைத்துப் பரிசோதனை. இரவு பகலாக செக்யூரிடி. அந்தப் பிராந்தியத்தில் உலவும் பிரகஸ்பதிகள் ஒவ்வொருவரையும் ஸ்கேன் பண்ணாத குறையாக அலசி ஆராய்ந்து அறிக்கை தயாரிப்பு. சந்தேகத்துக்கு இடமாக யாராவது தென்பட்டால் என்னவாவது செய்து அவரை அப்புறப்படுத்திவிடுவது. பிரச்னைக்குரிய இடம் என்றால் ரெட் அலர்ட் செக்யூரிடி. இத்தனைக்கும் பிறகு வெளிப்படையான பரிசோதனைகள், செக்யூரிடி ஃபார்மாலிடிகள் இன்னபிற.

ஓஹோ என்றார்கள் ஈ.டி.ஏ. பெருந்தலைகள். அதனாலென்ன? பரவாயில்லை. நமக்கு வாகாக ஏதாவது திறப்பு விழா இருக்கிறதா பார் என்று சொன்னார்கள்.

இருந்தது.

சான் செபாஸ்டியான் நகரில் ஒரு மீன் பண்ணையைத் திறந்துவைக்க மன்னர் வரப்போகிறார் என்று டைரியைப் பார்த்துச் சொன்னார்கள்.

சான் செபாஸ்டியானா? எதிர்பாராத இன்ப அதிர்ச்சியில் அலறி எழுந்துவிட்டார்கள்.

அது ஒரு பாஸ்க் நகரம். ஈ.டி.ஏவின் பேட்டை. எனவே முடித்து விடலாம் என்று தீர்மானம் செய்தார்கள்.

12

மாபெரும் தோல்வி

பாஸ்க் தேசம் என்று சொல்லப்படுகிற, ஸ்பெயினின் ஆளுகைக்கு உட்பட்ட மாபெரும் நிலப்பரப்பின் அதி முக்கிய மாவட்டமான கிபுஸ்கோவா *(Gipuzkoa)*வின் தலைநகரம், சான் செபாஸ்டியான். பாஸ்க் மாகாணத்தின் வடக்குப் பகுதியில் பிஸ்கே வளைகுடாவை ஒட்டி அமைந்திருக்கிற அதி அற்புதமான நகரம். கிட்டத்தட்ட இரண்டு லட்சம் ஜனத்தொகை. இருக்கிற இயற்கையைக் கண்ணாலும் நெஞ்சாலும் பருகிப் பருகிக் கிறங்கிக் கிடக்கிற மக்கள். தப்பித்தவறிக் கடற்கரைப் பக்கம் போய்விட்டால் கந்தர்வ லோகமோ என்கிற சந்தேகம் வந்துவிடும். சூரியக் குளியலில் ஆண்களும் பெண்களும் அமோகமாக ஈடுபட்டிருப்பார்கள். எப்போதும். பக்கத்தில் போய் ஹலோ சொன்னாலும் திரும்பிப் பார்க்கமாட்டார்கள். உல்லாசத்துக்குப் பெயர் போன பிராந்தியம். வருஷம் முழுக்க டூரிஸ்டுகள் வருவார்கள். ஹோட்டல்களில் சொல்லிவைத்துத்தான் அறை பிடிக்கவேண்டும். விலைவாசி கொஞ்சம் அதிகமாக இருக்கும்.

பாஸ்க் மொழி, போராட்டம், ஈ.டி.ஏ., தனி தேசம் உள்ளிட்ட நூற்றாண்டுகால விஷயமெல்லாம் சமகால மக்களை அவ்வளவாகத் தொடவில்லை அங்கே. வருஷம் முழுக்க நாயாய் பேயாய் உழைத்துச் சம்பாதிக்கவேண்டியது. ஒரு மாசம், ரெண்டு மாசம் லீவு போட்டுவிட்டு சான் செபாஸ்டியனுக்கு வந்து கடற்கரையே கதி என்று கிடக்க வேண்டியது.

பாஸ்க் மாகாணத்தின் மற்ற பகுதிகளில் அவ்வப்போது புரட்சி வாசனை தலை தூக்கினாலும் சான் செபாஸ்டியான் எப்போதும் சொர்க்கபுரிதான். சுற்றுலாத் தலம் என்கிறபடியால், வருமானம் கெடாமல் இருப்பதன் பொருட்டு அரசும் அங்கே நல்ல பல பாதுகாப்பு ஏற்பாடுகளைச் செய்துவைத்திருக்கிறது.

அது ஒருபக்கம் இருக்க, மேற்படி ஊருக்குத்தான் மன்னர் ஜான் கார்லோஸ் வருவதற்கு இருந்தார். பார்த்தோமே, மீன் பண்ணைத் திறப்பு விழா.

ஒரு மன்னர் என்னத்துக்காக மீன் பண்ணையை யெல்லாம் திறந்துவைக்க வேண்டும் என்று கேட்டுவிடக் கூடாது. ஜான் கார்லோஸ் காட்சிக்கு எளியர். யார் எங்கே கூப்பிட்டாலும் மறுக்காமல் ஒப்புக்கொள்வார். கேவலம், வாழ்வது என்பதே மக்களின் சந்தோஷத்துக்குத் தானே? ஒரு முனியாண்டி விலாஸ் திறந்துவைக்கக் கூப்பிட்டாலும் அவசியம் ஒப்புக்கொள்வார். முன்னதாக ஆறு மாத அவகாசத்துடன் அனுமதி கேட்டு முறைப்படி விண்ணப்பித்திருக்க வேண்டும். மன்னர் வருவதற்குத் தோதான பாதுகாப்பு வசதிகள் அங்கே இருக்கின்றன என்று காவல் துறையும் உளவுத்துறையும் அறிக்கை சமர்ப்பித்தாகவேண்டும். அது ஓகே என்றால் இதுவும் ஓகே, எதுவும் ஓகே.

ஆக, மீன் பண்ணையைத் திறந்துவைக்க மன்னர் வருகிறார். இந்தச் சந்தர்ப்பத்தைத் தவறவிடாமல் தீர்த்துக் கட்டிவிடுவது என்று முடிவு செய்தது ஈ.டி.ஏ.

உடனடியாக அந்த மீன் பண்ணை வளாகத்தைச் சுற்றித் தம் உளவு ஆள்களை அனுப்பிவைத்தார்கள். சாதாரண மக்களோடு மக்களாகக் கலந்து அவர்கள் இடத்தை வேவு பார்க்க ஆரம்பித்தார்கள். முன்னதாக, மன்னர் வருவதை ஒட்டி அரசு உளவர்கள் அங்கே முகாமிட்டிருப்பார்கள் என்கிற விவரம் தெரிந்திருந்தபடியால், மிகவும் கவனமாக நடந்துகொண்டார்கள். மீன் பண்ணை எங்கே இருக்கிறது, மன்னர் ரிப்பன் வெட்டிவிட்டு எங்கே போவார், எப்படிப் போவார், விழா மேடை எங்கே, எத்தனை படிக்கட்டுகள், மேடையில் யார் யார், கீழே எத்தனை பேர், செக்யூரிடி எப்படி என்று ஒவ்வொரு விஷயமாகப் பார்த்துப் பார்த்து, கேட்டுக் கேட்டுக் குறிப்பெடுத்துக்கொண்டார்கள்.

சம்பந்தப்பட்ட மீன் பண்ணை இருக்கிற இடத்துக்கு அருகே தமது வழக்கப்படி வாடகைக்கு ஏதாவது இடம் கிடைக்குமா என்றும் பார்த்தார்கள். ம்ஹூம். மன்னர் வருகிற பாதையை அலசினார்கள். திரும்பிப் போகிற வழியில் ஏதும் சாத்தியம் உண்டா என்று பார்த்தார்கள்.

மறுபுறம் மன்னரை எப்படிக் கொல்வது என்றும் ஆலோசனை நிகழ்த்தப்பட்டது.

விழா மேடைக்கு குண்டு வைக்கலாம் என்று ஒரு யோசனை சொல்லப்பட்டது. அது சாத்தியமில்லை என்று உடனடியாக மறுத்துவிட்டார்கள். இருபத்தி நான்கு மணிநேரமும் பாதுகாப்பு அதிகாரிகளால் சூழப்பட்டிருக்கும் இடம். குண்டு என்று நினைப்பதே கஷ்டம்.

பத்து திசைகளில் பத்துப்பேரை நிறுத்தி ஆளுக்குக் கையில் ஒரு இயந்திரத் துப்பாக்கியைக் கொடுத்து விடலாம் என்பது அடுத்த யோசனை.

ஆனால் துப்பாக்கிகளுடன் விழா கேந்திரத்துக்குச் செல்வதில் உள்ள அபாயம் ஆலோசிக்கப்பட்டது. அத்தனை சுலபமல்ல. ஸ்பெயின் மன்னரின் செக்யூரிடி என்பது, கிட்டத்தட்ட அமெரிக்க அதிபரின் செக்யூரிடிக்கு நிகரானது.

மனித வெடிகுண்டாக யாரையாவது அனுப்பலாம் என்றும் பேசினார்கள். ஈ.டி.ஏவில் அந்தக் கலாசாரம் கிடையாது. அகிலம் முழுவதும் பரவலாக அரங்கேற்றப்படுவதுதான் என்றாலும், திடீரென்று குறுகிய கால அவகாசத்தில் ஒரு மனித வெடிகுண்டைத் தயார் செய்வது அத்தனை சிலாக்கியமா என்று தயங்கினார்கள். தவிரவும் ஐரோப்பியத் தீவிரவாதிகளிடையே அத்தனை பெரிய ஆத்ம நிவேதன ஐடியாலஜியெல்லாம் கிடையாது. அதற்கெல்லாம் இலங்கையோ, பாலஸ்தீனோதான் சரி.

கார் குண்டுதான் இதற்கும் சரி என்று பல தலைகள் முடிவு சொன்னார்கள். ஒரு காரில் வேண்டியமட்டும் வெடிபொருள் நிரப்பி விழா மேடைக்கு அருகே கொண்டு நிறுத்திவிடுவது. அல்லது விழா மேடை அருகே செல்லத்தக்க அரசு கார் ஒன்றில் குண்டு பார்சலைத்திணித்துவிடுவது. அதுவுமில்லாவிட்டால், திறக்கப்படவிருந்த மீன் பண்ணைக்குள்ளேயே குண்டு வைத்துவிடுவது.

என்னவாவது செய்தாகவேண்டும். கிழட்டு மகாராஜாவின் கோட்பாக்கெட்டில் வைக்க முடிந்தால் கூட உத்தமம். ஆனால் ஒரு ஐடியா உடனடியாகத் தயாராகவேண்டும். என்ன செய்யலாம்?

விதவிதமாக விவாதித்தார்கள். இறுதியில், மன்னரின் கார் வரும் பாதையெங்கும் வரிசையாகப் போதிய இடைவெளியில் பத்திருபது பேரைத் துப்பாக்கியுடன் நிறுத்தி, ஒவ்வொருவரையும் குறிபார்க்கச் சொல்லலாம் என்று முடிவானது. கூட்டத்தோடு கூட்டமாகவும் சிலபேரைத் துப்பாக்கியுடன் நிறுத்தலாம் என்று முடிவு செய்தார்கள். ஒருவர் தவறவிட்டால் இன்னொருவர். இன்னொருவன் தவறவிட்டால் வேறொருவன்.

இதில் ஒரே ஒரு பிரச்னை உண்டு. ஒருவன் முயற்சி செய்து, குறி தவறிவிட்டால் உடனே செக்யூரிடி அலர்ட் ஆகிவிடும். கலவரம் எழும். மன்னரைச் சுற்றி பாதுகாப்பு வளையம் ஏறிவிடும். அவரைத் தனிமைப்படுத்தி அழைத்துச் சென்று விடுவார்கள். ஆகவே, ஒரே சமயத்தில் அத்தனை பேரும் தாக்குதல் நிகழ்த்துவது பலன் தரலாம் என்று முடிவு செய்தார்கள்.

நூறடி இடைவெளியில், குறிப்பிட்ட நேரத்துக்கு வினாடி பிசகாமல் பதினைந்து பேர் தொடர்ந்து சுட்டுக்கொண்டே இருக்கவேண்டும். எப்படியும் மன்னர் மாட்டுவார். மற்ற சிலபேர் இறந்தாலும் பரவாயில்லை.

இதுதான் யோசனை. இதுதான் செயல்திட்டம். இனி ஆட்டத்தைத் தொடங்கலாம் என்று முடிவு செய்தார்கள். மன்னர் காரைவிட்டு இறங்கி, கண்ணில் தென்பட்ட கணத்திலிருந்து விடாமல் அத்தனை பேரும் சுட்டுக்கொண்டே இருக்கவேண்டும். அவர் இறந்து விழுந்தது உறுதியானபிறகு தப்பிக்கும் முயற்சியில் ஈடுபடலாம்.

எப்படித் தப்பிப்பது? அதற்கும் யோசித்தார்கள். ஒரு குறிப்பிட்ட திட்டமும் தீட்டப்பட்டிருக்கிறது.

ஆனால் வெளியே தெரியவரவில்லை. எப்படியாவது காரியத்தை முடித்துவிடுவது என்று உறுதியுடன் களத்தில் இறங்கினார்கள்.

ஆனால் விதி வேறு விதமாக இருந்தது!

ஏற்கெனவே பார்த்திருக்கிறோம். ஈ.டி.ஏவுக் கென்று சதியாலோசனை செய்ய ஆபீஸ் ஏதும் கிடையாது. அவர்கள் மக்களோடு மக்களாகப் புழங்குகிறவர்கள். திட்டங்களைப் படு ரகசியமாகவே வைத்திருப்பார்கள். கூடிப்பேசுகிற சந்தர்ப்பம் அதிகம் இருக்காது. பெரிய தலைகள் பிரான்சில் உட்கார்ந்து பேசி முடித்துவிடுவார்கள். தொண்டரடிப்பொடி ஆழ்வார்கள் இங்கே ஸ்பெயினில் கொடுத்த வேலையை முடிப்பதுடன் சரி. எனவே ஆலோசனைகளுக்கு அவசியம் இராது.

ஆனால் இந்தக் குறிப்பிட்ட திட்டம், அதில் ஈடுபடுத்தப்பட்டவீரர்களுக்கிடையேஒருமாதிரியான பரபரப்பை ஏற்படுத்தியிருந்தது. மிகப்பெரிய காரியம் அல்லவா? சாதித்தால் சரித்திரத்தில் பெயர் கிடைக்கும். சொதப்பினால் மன்னருக்கு பதில், தாம் பரலோகம் போகவேண்டி வரும். இரண்டே சாய்ஸ்தான். எனவே, ஒருவருக்கொருவர் திட்டம் குறித்து அவ்வப்போதாவது ஓரிரு வார்த்தைகள் பேசிக்கொள்ள விரும்பினார்கள்.

சம்பந்தப்பட்ட மீன் பண்ணை திறப்பு விழாவுக்கு இருபது நாள்கள் முன்னதாக திட்டத்தில் தொடர்புடைய ஆறு ஈ.டி.ஏ. போராளிகள், தமக்குப் பரிச்சயமான ஒரு சிறு ஹோட்டலில் சந்தித்து, டீ குடித்தபடி ரகசியமாகப் பேசிக்கொண்டிருந்தார்கள். பழக்கப்பட்ட டீக்கடைதான். வெளியாள் யாரும் அத்தனை சுலபத்தில் வந்துவிட மாட்டார்கள்.

அப்படியே வருகிறவர்களும் பாஸ்க் மக்களாகத்தான் இருப்பார்களே தவிர, ஸ்பானிஷ் பேசுபவர்களாக இருக்கமுடியாது. பாஸ்க் மாகாணத்தில் ஈ.டி. ஏவைப் பிடிக்காதவர்கள் இருக்கமுடியுமே தவிர, அவர்களைக் காட்டிக் கொடுக்கக் கூடியவர்களாக யாரும் இருக்கமுடியாது!

ஆகவே அவர்கள் மன்னரைக் கொல்லும் திட்டம் குறித்துப் பேசினார்கள். என்ன செய்யவேண்டும், எப்படிச் செய்யவேண்டும், யார் எங்கே பொசிஷன் எடுக்கவேண்டும் இன்னபிற.

ரகசியமாகத்தான் பேசினார்கள். முழுப்பேச்சும் யார் காதிலும் விழ வாய்ப்பில்லைதான். ஆனாலும் பக்கத்து டேபிளுக்கு அடுத்த டேபிளில் அமர்ந்து என்னமோ சாப்பிட்டுக்கொண்டிருந்த ஒரு வயதான நபரின் காதில் அரைகுறையாக அது விழுந்துவிட்டது. மன்னர். திட்டம். ஜாக்கிரதை. கவனம். துப்பாக்கி. தப்பித்தல். சில சொற்கள். கொஞ்சம்தான். ஆனாலும் சேர்த்துவைத்து மாலை கட்டினால் பெரிய கதையாகிவிடும் போலல்லவா இருக்கிறது!

அவர் அதிர்ச்சியடைந்தார். அவரும் பாஸ்க் குடிமகன் தான். ஈ.டி.ஏவைத் தெரியும். அவர்கள் போராடுவது எதற்காக என்றும் தெரியும். நமக்கேன் வம்பு என்று உடனே பில்லுக்குப் பணம் கொடுத்துவிட்டு எழுந்து வெளியே போய்விட்டார்.

'அடியே மரகதம், விசயம் தெரியுமா? ஓட்டல்ல செல பசங்க பேசிக்கிட்டாங்கடி. இந்தமாதிரி சமாசாரமாம்..' வீட்டுக்குப் போய் சகதர்மிணியிடம் கர்ம சிரத்தையாகக் கேட்டதைச் சொல்லியிருக்கிறார்.

அவளுக்கு பார்சிலோனாவில் ஒரு ஒண்ணுவிட்ட தங்கச்சி இருந்திருக்கிறாள். தற்செயலாக அவள் அந்த

நேரம் பார்த்து போன் செய்ய, அடுத்த பார்சலில் ஆவக்காய் ஊறுகாய் பாட்டில் ரெண்டு அனுப்பு என்று சொல்லிவிட்டு, கண் கண்ட தெய்வம் கணவன் சொன்ன தகவலை அவளிடம் போட்டுவைத்தாள். அந்த ஒண்ணுவிட்ட சகோதரியின் கணவன் ஒரு போலீஸ் உளவாளி. அது அவளுக்கே தெரியாது.

தீர்ந்தது விஷயம்.

ஈ.டி.ஏ. காத்திருந்தது. மீன் பண்ணை வடிவமைப்புப் பணிகள் ஜோராக முடிவடைந்துவிட்டன. அலங்கார ஏற்பாடுகள் ஆரம்பமாகிவிட்டன. ஊரெல்லாம் விழாக்கோலம். மன்னர் வருகிறார் என்றால் சும்மாவா? போலீஸ் கெடுபிடிகள் ஆரம்பித்துவிட்டன. உடைந்த ரோடுகளைப் பார்த்துப் பார்த்துச் செப்பனிட்டார்கள். கட்டடங்களுக்குச் சுண்ணாம்பு அடித்தார்கள். சுற்றுலா உல்லாசிகளை ஓட்டலுக்குள் மட்டும் தண்ணியடித்துக் கூத்தாடக் கேட்டுக்கொண்டார்கள். நகரப் பொறுக்கிகளைப் பொறுக்கி எடுத்துப் போய் தாற்காலிகமாக ஸ்டேஷன் அறைகளில் அடைத்துவைத்தார்கள்.

எல்லாம் ஜோராக நடந்தது. ஆனால் விழாவுக்கு ஒருநாள் முன்னதாக விழா கேன்சல் என்று அறிவித்துவிட்டார்கள்.

சேபோ என்றாகிவிட்டது ஈ.டி.ஏவுக்கு. எத்தனை கனவு! எத்தனை நாள் முயற்சி! பார்த்துப் பார்த்துத் தீட்டிய திட்டம். இப்படி பணாலாகிவிட்டதே என்று மூக்கால் அழுது தீர்த்தார்கள். திறப்பு விழாவை மூன்று மாதங்களுக்குத் தள்ளிவைத்துவிட்ட அறிவிப்பு பின்னால் வந்தது. காரணமும் மூன்று மாதங்கள் கழித்துத்தான் சொல்லப்பட்டது.

மன்னரைக் கொல்ல ஈ.டி.ஏ. திட்டம் தீட்டியிருந்த விஷயம் கேள்விப்பட்டோம். அதனால்தான்.

ஈ.டி.ஏவின் சரித்திரத்தில் மிகப்பெரிய ஏமாற்றம், மாபெரும் தோல்வி என்பது இதுதான். இந்தக் கடுப்பைத் தீர்த்துக்கொள்ள, தாமஸ் கேபரெல்லோ என்கிற 63 வயது கவுன்சிலர் ஒருவரைக் காரணமே இல்லாமல் கழுத்தில் சுட்டுக் கொன்றார்கள். அவருக்கும் மன்னருக்கும் யாதொரு சம்பந்தமும் இல்லை. ஆனால் மன்னரைக் கொல்ல முடியாததால் மன்னர் வயதில் ஒருவரைக் கொன்றோம் என்று சொல்லிவிட்டுத் தட்டிக்கொண்டு போய்விட்டார்கள்.

13

ஏஞ்சலும் சாத்தானும்

மீன் பண்ணையைத் திறந்துவைக்க இருந்த மன்னருக்கு ஆயுசு கெட்டி. தப்பித்துவிட்டார். அதற்காக, வாழ்வே மாயம் பாடியபடி மோட்டு வளையைப் பார்த்துக்கொண்டா உட்கார்ந்திருக்க முடியும்?

ஈ.டி.ஏ.வில் எழுதப்படாத விதி என்று ஒன்று உண்டு. ஒரு முறை சறுக்கினாயா? பரவாயில்லை. பதறாதே. தேம்பாதே. எழுந்து பின்பக்கம் உள்ள மணலைத் தட்டிவிட்டு, சுறுசுறுப்பாகிவிடு. ஆனால், அடுத்த முறை நீ எடுத்து வைக்கும் அடி, அகலமாக இருக்கவேண்டும். உன் முந்தைய தோல்வியை மறக்கடிக்கும்படியாக இருக்கவேண்டும். நீ கீழே விழுந்த தடம் தெரியக்கூடாது.

எனவே மன்னர் படுகொலைத் திட்டத்தில் ஈடுபட்ட அதே குழு. அதே ஆள்கள். அதே தீவிரத்துடன், அதே துடிதுடிப்புடன் உட்கார்ந்து

பேசிக்கொண்டிருந்தார்கள். அடுத்து என்ன செய்யலாம்? அரசாங்கக் கட்டடம் எதையாவது தகர்த்து பொடிப்பொடியாக்கலாமா? அரசாங்க உயர் அதிகாரி யாரையாவது தீர்த்துக்கட்டலாமா? சினிமா தியேட்டர், பார்க், பார் எதையாவது வெடிக்கவைக்கலாமா? வெளிநாட்டு சுற்றுலா பயணிகள் யாரையாவது கடத்திக்கொண்டு போய் ஸ்பெயின் தேசத்தின் பெயரை சர்வதேச அளவில் ரிப்பேர் ஆக்கலாமா? டிவி டவரை உடைக்கலாமா? ஏதாவது செய்யத்தான் வேண்டும். ஆனால் என்ன?

அற்புத விளக்கு பூதம் போல் தலைமை அதிகாரி களிடம் நேராகச் சென்று கேட்டே விட்டார்கள். ஐயா, ஏதாவது வேலை கொடுங்கள், கை அரிக்கிறது.

வலிய வந்து வேலை கேட்பவர்களை ஈ.டி.ஏ. தலைமை ஏமாற்றியதில்லை. சரி, கொஞ்ச நாளாச்சு, கார் பாம் வைத்துவிட்டு வாருங்கள் என்று சொல்லி ஆசிர்வதித்து அனுப்பிவைத்தார்கள். குறிப்பாக எங்கே என்று சொல்லவில்லை. எங்கே வைத்தாலும் பாம் வெடிக்கும். எங்கே வெடித்தாலும் மரணங்கள் நிச்சயம். ஆனால் இம்முறை நோக்கம் தெளிவானது. அதிகபட்ச அதிர்ச்சி உண்டாக்குதல். எனவே டீக்கடைகளுக்கு பாம் வைக்க முடியாது.

Vallecas என்ற பிராந்தியத்தில் ஓர் இடம் தேர்ந்தெடுக்கப்பட்டது. மிலிட்டரிக்காரர்கள் வந்துபோகும் இடம். டாங்கிகளும், ஜீப்களும் சதா சர்வகாலமும் ஊர்ந்துசெல்லும் சாலை. அதை சாலை என்று கூடச் சொல்ல முடியாது. கிட்டத்தட்ட சிதிலமைடந்திருந்த ஒற்றையடிப் பாதை. தார் எல்லாம் போட்டிருக்கமாட்டார்கள். எப்படியும் பொது மக்கள் போக்குவரத்துக்கான வழித்தடம் அல்ல என்பதால், கொஞ்சம் சிதிலமைடந்த

நிலைமையில் இருப்பதே ஓகேதான் என்று நினைத்து அப்படியே விட்டுவிட்டார்கள். பாதுகாப்பு கருதி.

டிசம்பர் *11, 1995.* இருட்டுவதற்கு முன்பு மூன்று பேர் ஸ்வெட்டர், மங்கி கேப் எல்லாம் போட்டுக்கொண்டு முகத்தை மறைத்தபடி ஒரு மரத்தில் ஏறி உட்கார்ந்துவிட்டார்கள். கையில் வயர்லெஸ். வெளிச்சம் வரும் வரை, வாலில்லாக் குரங்காக இருக்கக்கடவது. சுசித்ரா இல்லாத ரேடியோ மிர்ச்சி கேட்டார்களா அல்லது ஊர்க் கதை பேசினார்களா என்று தெரியவில்லை. ஆனால் கொட்டக் கொட்ட கண் விழித்து காத்திருந்தார்கள்.

மறுநாள் விடிகாலை. தோராயமாக ஐந்து மணிக்கு முதல் ராணுவ ஜீப் விர்ரென்று கடந்து சென்றது. ஆசாமிகள் கீழே குதித்தார்கள். வேலையை ஆரம்பித்துவிடவேண்டியதுதான். முதல் ஆசாமி சரிவுகளில் இறங்கி அங்கே முன்னரே நிறுத்தி வைக்கப்பட்டிருந்த காரை அடைந்தான். சத்தம் எழுப்பாமல் காரைக் கிளப்பி மேட்டின் மீது ஏற்றினான். உள்ளே, பின் சீட்டில் டிக் டிக் டிக்.

இரண்டாவது ஆசாமி இன்னமும் மரத்துக்கு மேலேதான் இருந்தான். அடுத்த அரை மணி நேரத்துக்கு ஈ, காக்காய் கூடக் கண்ணில் படவில்லை. பிறகு, தூரத்தில் ஒரு வேன் வருவது தெரிந்தது. வேன்! ஜீப்பை விடப் பெரியது. ஆசாமிகள் நிறைய பேர் இருப்பார்கள். முதல் ஆசாமி பொத்தென்று கீழே குதித்து ஓட ஆரம்பித்தான். அதுதான் சமிக்ஞை. தயாராக இருந்த கார் ஆசாமி வண்டியை ஸ்டார்ட் செய்து நடுரோட்டில் நிப்பாட்டிவிட்டு, அக்கடாவென்று ஆதிப் பரம்பொருள் நாரணனை நினைத்தபடி காற்றில் கரைந்து காணாமல் போனான்.

அதற்குள் அந்த ராணுவ வேன், காரை நெருங்கி விட்டது. டிரைவர் குழப்பத்துடன் வெளியில் எட்டிப் பார்த்து நான்கெழுத்துக் கெட்ட வார்த்தையில் திட்டிவிட்டு, வண்டியை விட்டு இறங்குவதற்கும், அந்தக் கார் லஷ்மி வெடி போல் சீறி வெடிப்பதற்கும் சரியாக இருந்தது. ஆறு பேர் உயிரை விட்டிருந்தார்கள். வேனும் காரும் அப்பளப் பொடிகளாக உதிர்ந்துவிட்டன.

திருப்தி. கொஞ்சம் போல் திருப்தி. ஆனால், போதவில்லை. மீண்டும் மீண்டும் மீன் மன்னர் ஞாபகம். எத்தனை முறை புரண்டு படுத்தாலும் அவர் ஞாபகம். முள்ளாகத் தொண்டையில் சிக்கி உறுத்திக்கொண்டிருந்தது. பிசாத்து ஆறு பேரை பிய்த்துப்போட்டுவிட்டு, காலரை நிமிர்த்திக் கொள்ள முடியுமா?

ஸ்பானிஷ் மாலை மலரில் நான்காவது பக்கத்தில் பாக்ஸ் செய்தி போட்டிருக்கிறார்கள். உள்ளூர் தீவிரவாதிகளின் சதி. சம்பவ இடத்தில் ஆறு பேர் மரணம். அவர்கள் பெயர் பின்வருமாறு. வயது பிராக்கட்டில். இந்தச் சம்பவம் குறித்து வாலிகாஸ் காவல்துறையினர் வழக்குப் பதிவு செய்து விசாரித்து வருகிறார்கள்.

அவமானம். பிச்சுவாபக்கிரி போல் ஆக்கிவிட்டார்கள். ஈ.டி.ஏ. என்ற பெயர் கூட வரவில்லை. போதாது. பெரிதாக ஏதாவது செய்துகாட்டவேண்டும். கூடுதல் வன்மையுடன். கூடுதல் ஆவேசத்துடன்.

Miguel Angel Blanco. யதேச்சையாகத்தான் இந்தப் பெயரை அவர்கள் செய்தித்தாளில் பார்த்தார்கள். உடனே, உடனே முடிவு செய்துவிட்டார்கள். போதும். மிகுவேல் ஏஞ்சல் போதும். ஊரே,

தேசமே, உலகமே திரண்டுவிடும். ஈ.டி.ஏ.வின் பெயர் தலைப்புச் செய்திகளில். டிவியைத் திறந்தால் ஈ.டி.ஏ. ரேடியோவைத் திருகினால் ஈ.டி.ஏ. பதற்ற நிலை அறிவிப்பார்கள். ஊரடங்கு உத்தரவு பிறப்பிக்கப்படும். ஸ்பெயின் வரைபடத்தைப் பிரித்து வைத்துக்கொண்டு பிபிசியில் விவாதிப்பார்கள். ஈ.டி. ஏவின் பூர்விகத்தை. பாஸ்க் பூர்விகத்தை. ஸ்பெயினின் எதிர்காலத்தை. போதாது?

மிகுவேல் ஏஞ்சல் மெய்யாகவே ஒரு ஏஞ்சல்தான். *People's Party* கட்சியைச் சேர்ந்த பெரிய தலை. ஸ்பெயினில் மிகுந்த செல்வாக்குடைய மனிதர். எர்முவா *(Eruma)* என்னும் பகுதியைச் சேர்ந்தவர். இந்தப் பகுதி இருப்பது பாஸ்க் தேசத்தில். ஈ.டி.ஏ.வைக் கண்டால் ஏஞ்சலுக்கு ஆகாது. சாத்தானைப் பார்ப்பதைப் போல் பார்ப்பார். தீங்கானவர். பயனற்றவர். நீக்குவதில் தப்பேயில்லை. உலக உத்தமர்களில் ஒருவர் குறைந்துபோனதாக இருக்கட்டும்.

எப்படி நீக்கலாம்? கார் பாம்? வைக்கலாம். பட், மீண்டும் மீண்டும் அதே கார், அதே குண்டு, அதே சேதாரம் என்றால் பேப்பர் படிப்பவர்களுக்கே அலுத்துவிடும். அடச்சே இவர்கள் இவ்வளவுதானா என்று சலித்துக்கொள்ள ஆரம்பித்துவிடுவார்கள். உலகம் மாறிக்கொண்டிருக்கிறது. ஈ.டி.ஏ.வும் மாறித்தான் ஆகவேண்டும். இன்னும் கொஞ்ச காலத்துக்கு கார் பாம் வேண்டாம். ஃபார்மட்டை மாற்ற வேண்டும். புருவங்களை உயர்த்தவேண்டும். வேறு ஏதாவது செய்தால்தான் இது சாத்தியம்.

‘பேசாமல் நாம் அவரைக் கடத்திக்கொண்டு வந்தால் என்ன?’

சட்டென்று திரும்பினார் அந்தத் தலைமை அதிகாரி.

'கடத்தலாம். ஆனால், அதனால் நமக்கென்ன லாபம்?'

'இரண்டு விஷயங்களைச் சாதிக்கலாம். ஒன்று, நாம் எதிர்பார்க்கும் பரபரப்பு கிடைத்துவிடும். இரண்டு, நமக்கான சில வேலைகளைச் செய்துகொள்ள முடியும்.'

தெளிவான திட்டம் ஒன்று உருவாக ஆரம்பித்தது. ஏஞ்சலை கடத்திக்கொண்டு வந்துவிடுவது. வாயில் பிளாஸ்திரியை ஒட்டி ஓர் அறையில் அடைத்து விடவேண்டியது. பிறகு, அரசாங்கத்தைத் தொடர்பு கொள்ளவேண்டும். அதற்கு முன்னால், கோரிக்கை பட்டியல் தயாராக இருக்க வேண்டும். ஏஞ்சலை விடுவிக்கவேண்டுமானால் எங்களது கீழ்க்கண்ட கோரிக்கைகளை அதே வரிசையில் ஒழுங்கு மரியாதையாக நிறைவேற்றுங்கள். தவறினால், ஏஞ்சல் தவறிவிடுவார்.

சரி என்ன கேட்கலாம்? பணம். கேட்கலாம். ஆனால் பிரச்னை அதிகம். எண்களைக் குறித்து வைத்துக்கொள்வார்கள். எங்காவது டீயோ பீரோ குடித்துவிட்டு பர்ஸைப் பிரிக்கும்போது, கப்பென்று பிடித்து விடுவார்கள். வேண்டாம். பணம் சம்பாதிப்பது பெரிய விஷயமல்ல. நகைக்கடை ஓனர், பரோட்டா மாஸ்டர், ஹெட் கான்ஸ்டபிள் என்று யாரையாவது கடத்திக்கொண்டு போய் மிரட்டினால் கொடுத்துவிடுவார்கள்.

இது பெரிய மீன். பெரிய கோரிக்கையை எழுப்புவதே உசிதமானது. எனில், என்ன கேட்கலாம்? சிறையில் இருக்கும் ஈ.டி.ஏ. போராளிகளை? முக்கிய கமாண்டோக்களை? முக்கிய தளபதிகளை? முக்கிய

வீரர்களை? ஆம். அதுதான் சரியாக இருக்கும். ஆள்கள்தான் வேண்டும். ஆள்கள் இருந்தால் வேண்டியமட்டும் சம்பாதித்துக்கொள்ளலாம். தவிரவும், பணம் கேட்கும் பிசாத்து இயக்கம் அல்ல நாங்கள். கொள்கை ரீதியாக, தத்துவார்த்த ரீதியாக, சித்தாந்த ரீதியாக பலம் பெற்று இயங்கி வரும் பேரியக்கம் என்று அரசாங்கத்துக்குத் தெள்ளத்தெளிவாகத் தெரிவித்துவிடலாம். பணம் கேட்கும் ஆள்களை அரசாங்கம் மதிக்காது. சிறைபிடிக்கப்பட்ட ஆள்களைக் கேட்டால் பயம் வரும். அலறுவார்கள்.

ஏஞ்சலை நிழலாகப் பின்தொடரும் பணி ஆரம்பமானது. ஏஞ்சல் எப்போது படுக்கையைவிட்டு எழுந்திருக்கிறார்? எழுந்தபின் என்ன செய்கிறார்? ஈ தேய்க்கிறாரா, பெட் டீ குடிக்கிறாரா? டிபன் என்ன? ஓட்ஸா? ரொட்டியா? வெளியில் மொட்டை மாடியில் எக்ஸர்ஸைஸ் செய்யும் வழக்கம் உண்டா? நாயை அழைத்துக்கொண்டு வாக்கிங் போவாரா? எப்போது அலுவலகம் போவார்? யாருடன்? அலுவலகம் முடிந்தபிறகு என்ன செய்வார்? சமர்த்தாக வீட்டுக்கா அல்லது வேறு எங்காவதா? கோல்ப் விளையாடுவாரா? படம் பார்ப்பாரா? நண்பர்களுடன் சேர்ந்து பாரில் தண்ணியடிப்பாரா?

எல்லா தகவல்களும் திரட்டப்பட்டன. அவசியமான தகவல்கள், அநாவசியமான தகவல்கள். எல்லாமே.

சுபமுகூர்த்தநாள் அன்று ஏஞ்சலின் கார் வழிமறிக்கப்பட்டது. முகமூடி அணிந்த மூன்று பேர் அவரைக் கழுத்தைப் பிடித்து வெளியில் இழுத்து, தம் வேனில் ஏற்றிக்கொண்டு சிட்டெனப் பறந்துவிட்டார்கள். கண் மூடி கண் திறக்கும்

நேரம்கூட ஆகியிருக்காது. சிக்கெனப் பிடித்தேன் சிவாய நமஹ.

ரகசிய அறையில் ஏஞ்சல் அடைத்து வைக்கப்பட்டார். பெரிய மீன். கவனமாகப் பார்த்துக்கொள்ளவேண்டும். தேவைப்படும் அத்தனை வசதிகளையும் செய்துகொடுக்கவேண்டும் என்பது உத்தரவு. செய்தித்தாள் வேண்டுமா? இந்தாபிடி. சிகரெட் வேண்டுமா? கூச்சப்படாதே. கேள். கிடைக்கும். சத்தான போஷாக்கான உணவாகப் பார்த்து வாங்கிக் கொடுத்தார்கள். கேட்கும் நேரத்தில் காபி, டீ, பலகாரம், பபிள்கம்.

ஆனால் வாயில் நிரந்தரமாக பிளாஸ்திரி. சாப்பிடும்போது மட்டும் பிளாஸ்திரி பிரித்தெடுக்கப்படும். அந்த இடைப்பட்ட நேரத்திலும் கண்ணீர் மல்கப் புலம்ப ஆரம்பித்துவிடுவார் ஏஞ்சல். நான் என்ன பாவம் செய்தேன்? நீங்கள் யார்? என்னை ஏன் இப்படி அடைத்து வைக்கிறீர்கள்? பணம் வேண்டுமானால் கேளுங்கள் தருகிறேன்.

அவரிடம் ஒரு வார்த்தை கூடப் பேசவில்லை ஈ.டி.ஏ. பாஸ்க் பகுதியில் இருந்துகொண்டே சுதந்தர பாஸ்க் தேச கோரிக்கையை எதிர்க்கிறாயே நீயெல்லாம் ஒரு மனுஷனா என்று கத்தவில்லை. கடிந்து ஒரு வார்த்தை பேசவில்லை. அதட்டவில்லை. குழந்தைக்குப் பால் ஊட்டுவது போல் வேளாவேளைக்கு ஆகாரத்தை மட்டும் கொடுத்துக்கொண்டே இருந்தார்கள்.

இரண்டே நாள்களில் ஸ்பெயின் கதிகலங்கிவிட்டது. செய்தித்தாள்களில் ஏஞ்சல். டிவியில் ஏஞ்சல். ரேடியோவில் ஏஞ்சல். காணவில்லை. எங்கே போயிருப்பார்? யார் கடத்தியிருப்பார்கள்? *People's Party* அலுவலகத்தில் ஒரே அமளிதுமளி. தொண்டர்கள்

கூடி விட்டார்கள். எங்கே தலைவர் ஏஞ்சல்? எதிர்கட்சி ஆள்கள் யாராவது கடத்திவிட்டார்களா?

ஈ.டி.ஏ. கோயிஞ்சாமி ஒருவர் ஒரு ரகசிய எண்ணிலிருந்து பேசினார்.

'அலோவ், அரசாங்க அண்ணாசாமிங்களா? நான் ஈ.டி.ஏ.லேருந்து பேசறேங்க. ஆமுங்க. எம்பேரு கோயிஞ்சாமிங்க. கொஞ்சம் பேசவேண்டியிருக்கு. இப்பம் சௌகரியப்படுங்களா, இல்ல அப்பால கூப்புடட்டுங்களா? என்னதுங்க? மேட்டரா? அது ஒண்ணுமில்லிங்க. அந்தாளு ஏஞ்சலு சமாசாரமாத்தான். எங்களுக்கு ஒண்ணும் அவசரமில்லிங்க. உங்களுக்கு எப்ப சௌகரியப் படுமோ சொல்லுங்க, பேசுவோம்.'

14

ஏஞ்சல் எங்கே?

ஏஞ்சல் என்றதும் பதறி, நிமிர்ந்து உட்கார்ந்தது காவல்துறை. ஐயோ, அவருக்கு என்ன?

திருவாளர் ஈ.டி.ஏ. கோயிஞ்சாமி நிதானம் தவறாமல் ஒவ்வொரு அட்சரமாக உச்சரித்தார். ஏஞ்சல் பத்திரமாக இருக்கிறார். அவரை நினைத்துக் கவலைப்படவேண்டாம். *People's Party* ஆள்களைச் சமாதானப்படுத்துங்கள். எதிர்கட்சிகள் யாரும் அவரைக் கடத்திக்கொண்டுபோய்விடவில்லை. இதோ, என் கண்களுக்கு முன்னால் ஏஞ்சல் அமர்ந்திருக்கிறார். அவ்வப்போது கொஞ்சம் கத்துகிறார் என்பதால் வாயில் பிளாஸ்திரி ஒட்டியிருக்கிறோம். மற்றபடி, சமர்த்து.

அலறிவிட்டது காவல்துறை. மிரட்டுவதா கெஞ்சுவதா? இதுதான் அவர்கள் குழப்பம். இரண்டு விஷயங்களில் ஈ.டி.ஏ.டிவை அடித்துக்கொள்ள ஆள் இல்லை. கார் பாம் வைப்பது. ஆள்களைக் கடத்துவது. கனகச்சிதமாக மட்டுமே இந்த இரண்டையும் செய்து

முடிப்பவர்கள் அவர்கள். மிரட்டினால், ஏதாவது ஏடாகூடம் செய்துவிடக்கூடும். கெஞ்சினால், அபாய கரமான கோரிக்கைகளை வைக்கக்கூடும். ஆனால், வேறு வழியில்லை.

'அவரை ஒன்றும் செய்துவிடாதீர்கள். உங்களுக்கு என்ன வேண்டும்?'

'ஐந்து நிமிடங்கள் கழித்துக் கூப்பிடுகிறோம்.'

ரிசீவர் பட்டென்று வைக்கப்பட்டது. கமிஷனர் முதல் கவர்னர் வரை அத்தனை பேருக்கும் தகவல் பறந்தது. மூலைக்கு மூலை கான்ஃபரன்ஸ் கால். விசாரிப்புகள். திட்டங்கள். ஈ.டி.ஏ.வின் அழைப்பை ட்ரேஸ் செய்ய முடியவில்லை. அடுத்த முறை அழைப்பதற்குள் சுதாரித்துவிடவேண்டும். நம்பரை எடுத்து, அட்ரஸை எடுத்து, ராணுவ கமாண்டோக்களை அனுப்பி... ம்ஹூம் வாய்ப்பேயில்லை. ஈ.டி.ஏ. புத்திசாலி அமைப்பு. அவர்களுக்கு எதிராகக் காய்களை நகர்த்துகிறோம் என்று தெரிந்தால் போதும். கதையை முடித்துவிடுவார்கள். ஏஞ்சல் மீது நூலிழை கீறல் விழுந்தாலும், சர்வதேச அளவில் மானம் கப்பல் ஏறிவிடும். என்ன செய்யலாம்?

மற்றொருபுறம், ஸ்பெயின் கொதித்துக்கொண்டிருந் தது. குறிப்பாக, *People's Party (PP)* கட்சி அலுவலகம். இன்று, ஸ்பெயினில் இவர்கள்தான் பிரதான எதிர்கட்சியினர். மக்களிடையே பெரும் செல்வாக்கு உண்டு. சர்வதேச அளவில் மிகவும் பாப்புலராக இருக்கும் கட்சியும்கூட. *European People's Party (EPP)* என்னும் ஜம்போ அமைப்பின் உறுப்பினர். *EPP*-ல் முப்பத்தெட்டு நாடுகளைச் சேர்ந்த உறுப்பினர்கள் உள்ளனர். அந்த முப்பத்தெட்டு பிபியில் இந்த பிபி கொஞ்சம் பிரபலமானது.

ரீச் புரிகிறது இல்லையா? ஏஞ்சல் காணாமல் போன மறு நிமிடமே EPPக்கு தகவல் போய் சேர்ந்துவிட்டது. உலகம் முழுவதும் கவலை தோய்ந்த கண்டனங்கள். வக்கற்ற அரசாங்கமே, என்ன செய்துகொண்டிருக்கிறாய்? ஏஞ்சலைத் தேடிக் கண்டுபிடி. முதல் ஆர்ப்பாட்டம் ஸ்பெயினில் தொடங்கியது. தலைவர் அழைக்கிறார், அலைகடலெனத் திரண்டு வாரீர்! அழைப்பு விடுத்ததும் லாரிகளிலும் மீன் பாடி வண்டிகளிலும் திரண்டு வருவார்களே அதைவிட அதிகமான மக்கள் மாட்ரிட் வீதிகளில் திரண்டனர். எங்கே ஏஞ்சல்? எங்கே ஏஞ்சல்?

திரும்பும் பக்கமெல்லாம் சுவரொட்டி. சுவரொட்டி களிலெல்லாம் என்லார்ஜ் செய்யப்பட்ட ஏஞ்சலின் முகம். கீழே கொட்டை எழுத்துகளில் விளம்பரம். ஏஞ்சலைக் காணவில்லை.

ஏஞ்சலின் குடும்பத்தினர் படபடப்புடன் PP கட்சித் தலைவரைச் சந்தித்தார்கள். ஏஞ்சலுக்குப் பெண் பார்த்துவிட்டார்களாம். பெண்ணின் பெயர் மரிமார். திருமணத்துக்கு நாள் நட்சத்திரம் எல்லாம் பார்த்தாகிவிட்டது. பெண் வீட்டுக்காரர்கள் ஃபோன் மேல் ஃபோன் பண்ணிக் கேட்கிறார்கள். என்ன ஆச்சு மாப்பிள்ளைக்கு? பெண்ணைப் பிடிக்கவில்லையா? ஏதாவது காதல் விவகாரமா? எதுவாக இருந்தாலும் சொல்லுங்கள். என்ன சொல்ல? எதைச் சொல்ல?

அவர்களைச் சமாதானப்படுத்தி அனுப்பி வைத்தது PP அலுவலகம். கவலைப்படாதீர்கள் அம்மா. நாங்கள் இருக்கிறோம், பார்த்துக்கொள்கிறோம். நீங்கள் வீட்டுக்குப் போங்கள். ஏஞ்சலை பத்திரமாக அனுப்பி வைக்கிறோம். எங்கள் பொறுப்பு.

சொல்லிவிட்டார்கள். ஆனால் அவர்களுக்கும் உதறல்தான். காவல்துறை உயர் அதிகாரிகள் வரை விவாதித்துவிட்டார்கள். சண்டை போட்டார்கள். வேண்டிய மட்டும் பொலிடிகல் பிரஷர் கொடுத்தாகி விட்டது. வேறு என்ன செய்யமுடியும்?

ஐந்து நிமிடங்களில் கூப்பிடுகிறோம் என்று சொன்ன ஈ.டி.ஏ.விடமிருந்து அரை மணி நேரத்துக்குப் பிறகுதான் ஃபோன் வந்தது.

'நாங்கள் பேசுவதை டேப் செய்யவோ ட்ரேஸ் செய்யவோ முயற்சிக்கவேண்டாம். கமாண்டோக்களை அனுப்புவது, ராணுவத்தை அனுப்புவது எதுவும் வேண்டாம். ஏஞ்சல் இல்லாத ஸ்பெயின் எப்படி இருக்கும் என்பதை இந்த அரை மணி நேரத்தில் தெரிந்துகொண்டிருப்பீர்கள் என்று நம்புகிறோம். ஏஞ்சலை இழக்க நீங்கள் விரும்ப மாட்டீர்கள் என்பதும் எங்களுக்குத் தெரியும். ஆங், அவருக்குப் பெண் எல்லாம் பார்த்திருக்கிறார்களாமே. சீக்கிரமே விவாஹ ப்ராப்திரஸ்து.'

'உங்களுக்கு என்ன வேண்டும்?'

'அதைக்கொடு, இதைக்கொடு என்று அபாண்டமாக எதையாவது கேட்கும் வழக்கம் எங்களுக்கு இல்லை. எங்களுக்கென்று சில விதிமுறைகள் உள்ளன. காசு பணம் அல்ல எங்கள் தேவை. சுதந்தர பாஸ்க். அதுதான். அது மட்டும்தான் பிரதானம். சரி, விஷயத்துக்கு வருவோம். உருப்படியாக ஒரு காரியம் செய்யுங்கள். ஏஞ்சலை அப்படியே வண்டியில் உட்கார வைத்து சொக்காய் கசங்காமல் அனுப்பிவிடுகிறோம்.'

'என்ன?'

'நாங்கள் தீவிரவாதிகள் கிடையாது. விடுதலைப் போராட்ட வீரர்கள். அந்த மரியாதையை எங்களுக்கு வழங்கி சிறையில் இதுவரை நீங்கள் பிடித்து வைத்துள்ள அத்தனை போராளிகளையும் பாஸ்க் தேசத்து சிறைச்சாலைகளுக்கு மாற்றவேண்டும். இன்னும் 48 மணி நேரங்கள் மட்டுமே உங்களுக்கு வழங்கப்படும். உங்கள் கவுண்ட் டவுன் இப்போது தொடங்குகிறது. எல்லோரும் இடம் பெயர்ந்துவிட்டார்கள் என்ற தகவல் வந்து சேர்ந்த மறு நிமிடமே ஏஞ்சல் உங்களிடம் இருப்பார்.'

அவ்வளவுதான். தொடர்பு துண்டிக்கப்பட்டது.

எங்கிருந்து தகவல் போனது, எப்படி என்று தெரிய வில்லை. பத்திரிகையாளர்களும் தொலைக்காட்சி சானல்காரர்களும் குவிய ஆரம்பித்தார்கள். கேள்வி மேல் கேள்வி. யார்? ஈ.டி.ஏ.தானே? என்ன கேட்கிறார்கள்? சிறைக்கைதிகளைத்தானே? என்ன செய்யப்போகிறீர்கள்? எப்படி மீட்கப் போகிறீர்கள்?

வாயே திறக்கவில்லை காவல்துறை. இது போன்ற சமயங்களில் எதுவும் பேசாமல் இருப்பதுதான் உசிதமானது. நாற்பத்தெட்டு மணி நேரம் கொடுத்திருக்கிறார்கள். அதற்குள் எதையாவது செய்து ஏஞ்சலை மீட்டாகவேண்டும். ராணுவம், ஆளும் கட்சி, எதிர்க் கட்சி, உதிரிக் கட்சிகள் எல்லாம் ஒன்றுகூடிப் பேச ஆரம்பித்தன.

ஈ.டி.ஏ.வைச் சேர்ந்த எத்தனை பேர் சிறையில் இருக்கிறார்கள் என்னும் புள்ளிவிவரம் உடடினயாக வந்து சேர்ந்தது. தலைமை ஆள்கள் என்று சொல்லிக் கொள்ளும்படி யாரும் இல்லை. பெரும்பாலானோர் கமாண்டோக்கள்தாம். சிலர் தளபதிகளாக இருக்கக்கூடும். எப்படியும் அவர்கள் வாய் திறக்கப்போவதில்லை.

பேசாமல் கைதிகளை விட்டுவிடலாம் என்று கூடச் சிலர் ஆலோசனை கூறினார்கள். ஆனால், அரசாங்கத்துக்கு அதில் உடன்பாடு இல்லை. அமெரிக்காவும் ஐரோப்பிய தேசங்களும் ஸ்பெயினை உன்னிப்பாகக் கவனித்துக்கொண்டிருக்கின்றன. கைதிகளை அனுப்பி வைத்தால் அதை விடப் பெரிய அவமானம் வேறு இருக்க முடியாது. அடச்சே, பூஞ்சையான தேசம் என்று ஒதுக்கிவிடுவார்கள். பத்திரிகைகள் நார் நாராகக் கிழித்துத் தோரணம் கட்டிவிடும்.

ஈ.டி.ஏ.வின் கோரிக்கை புத்திசாலித்தனமானது. எங்கள் ஆள்களை விடுதலை செய் என்று அவர்கள் கேட்கவில்லை. கேட்டிருக்கலாம். ஆனால் செய்யவில்லை. பாஸ்க் தேசத்து சிறைச்சாலைகளுக்கு மாற்று என்கிறார்கள். அனைவரையும் மொத்தமாக ஒரே முனையில் குவிக்கச் சொல்கிறார்கள். பாஸ்க் அவர்கள் பிரதேசம். கொண்டு வந்து வைத்துவிட்டால், அப்புறம் அவர்கள் பார்த்துக்கொள்வார்கள். எப்படி யாரை விடுவிக்கவேண்டும் என்று அவர்களுக்குத் தெரியும்.

இப்போதைக்கு ஈ.டி.ஏ.வுக்கு மக்கள் ஆதரவு தேவை. எங்கள் கோரிக்கையை இன்னமும் நாங்கள் கைவிட வில்லை என்பதை அவ்வப்போது அவர்களுக்கு உணர்த்திக்கொண்டே இருக்க வேண்டியது அவசியம். இது ஒரு பப்ளிசிட்டி ஸ்டண்ட். அவ்வளவே.

இரண்டு வழிகள்தான் சாத்தியம். ஒன்று ஈ.டி.ஏ.வுடன் பேசி, டெட்லைனை நீட்டிப்பது. நிறைய சிறைச்சாலைகளில் நிறையப் பேர் இருக்கிறார்கள். அவர்களை ஒவ்வொருவராக வெளியில் அனுப்ப எப்படியும் ஒரு வாரம் பிடிக்கும். பேச்சுவார்த்தை

நடந்து கொண்டிருக்கும்போதே, ஆள்களை அனுப்பி ஈ.டி.ஏ.வின் மறைவிடத்தைக் கண்டுபிடிப்பது. பிறகு, அதிரடித் தாக்குதல். ஏஞ்சல் மீட்பு.

மணிக்கணக்கில் மீட்டிங் போட்டார்கள். யார் யாரிடமோ என்னென்வோ பேசினார்கள். கமாண்டோக்களைத் திரட்டினார்கள். உளவாளிகளை உஷார்ப்படுத்தினார்கள். ஈ.டி.ஏ.வின் மறைவிடங் களைத் தேடும் பணி முடுக்கிவிடப்பட்டது.

ஓஹோ, நீங்கள் அப்படி வருகிறீர்களா? சட்டென்று சுதாரித்துக்கொண்டது ஈ.டி.ஏ. ம்ஹூம், தப்பாகச் சிந்திக்கிறார்கள். சீரியஸ்னஸ் இல்லை. கொஞ்ச காலத்துக்கு எதுவும் செய்யாமல் நல்ல பிள்ளையாக இருந்தது தப்பாகிவிட்டது. சின்ன கோரிக்கைதான். ஆனால், அதை நிறைவேற்றக்கூட முடியவில்லை அவர்களால். ஈ.டி.ஏ. யார் என்பதை உடனடியாகக் காட்டியாகவேண்டும்.

மிரட்சியுடன் அமர்ந்திருந்த ஏஞ்சலை நோக்கித் திரும்பினார் அந்த ஈ.டி.ஏ. தளபதி. மன்னித்துவிடு ஏஞ்சல். ஏஞ்சல் கண்களால் திமிறத்தொடங்கிய அதே சமயம், இரண்டு பேர் துப்பாக்கியை உருவிக்கொண்டார்கள். ஏஞ்சலைப் பின்பக்கமாகத் திருப்பி நிற்க வைத்தார்கள். இரண்டு குண்டுகள் வெடித்தன. ஓம் சாந்தி.

உடலைத் தூக்கி வந்து வண்டியில் ஏற்றினார்கள். விரைவாக ஓட்டிச்சென்று ஒரு வளைவில் அப்படியே கடாசிவிட்டுப் போயேபோய்விட்டார்கள். ஐந்து பத்து நிமிடங்களில் ஏஞ்சல் அடையாளம் காணப் பட்டார். தலையின் பின்பக்கத்திலிருந்து ரத்தம் வழிந்துகொண்டிருந்தது. கைகள் பின்பக்கமாகக்

கட்டப்பட்டிருந்தன. ஆம்புலன்ஸில் உடலை அள்ளிப்போடும்போதுதான் தெரிந்தது. இதென்ன மூச்சு விடும் சத்தம் கேட்கிறதே. ஆ, ஏஞ்சல் உயிருடன்தான் இருக்கிறாரா?

ஆக்ஸிஜன் எங்கே? ஆஸ்பத்திரி எங்கே? தடாலென்று பரபரப்பாகி ஆம்புலன்ஸை விரட்டி ஆசுபத்திரிக்குப் போனார்கள். காவல் அதிகாரிகள் கூடவே இருந்தனர். ஏஞ்சல் எப்படியாவது பிழைக்கவேண்டும். ஈ.டி.ஏ. நிச்சயம் தோற்கவேண்டும். டாக்டர், ஏதாவது செய்யுங்கள்.

சில மணி நேரங்கள் உயிருடன் இருந்தார் ஏஞ்சல். சுயநினைவு இல்லை. பிறகு, சத்தமில்லாமல் செத்துப்போனார்.

ஸ்பெயினின் சமகாலச் சரித்திரத்தில் மறக்க முடியாத நிகழ்வாக மாறியது ஏஞ்சலின் மரணம். ஒரு பக்கம் *PP.* மற்றொரு பக்கம் *EPP.* பிறகு, மக்கள். ஆறு மில்லியனுக்கும் அதிகமானவர்களைக் கொண்ட மாபெரும் அமைப்பு அது. கண்ணீர் புகையாவது, சாம்பிராணியாவது? ஸ்பெயின் அரசாங்கத்தால் சமாளிக்க முடியவில்லை.

ஈ.டி.ஏ.வுக்குப் பரம திருப்தி. அவர்கள் எதிர்பார்த்ததைப்போலவே ஸ்பெயினின் முகம் வெளிறியிருக்கிறது. போதும். இதுபோதும். ஆனால் ஈ.டி.ஏ. எதிர்பாராத மற்றொரு திருப்பமும் நிகழ்ந்தது. ஈ.டி.ஏ. மீதான மக்கள் எதிர்ப்பு.

ஏஞ்சல் கொலைக்குக்குப் பிறகு, *Foro Ermua* (ஆங்கிலத்தில் *Ermua Forum*) என்னும் பெயரில் ஒரு அமைப்பு தோன்றியது. பாஸ்க் தேசத்து மக்கள் ஒன்று சேர்ந்து ஆரம்பித்த அமைப்பு. ஈ.டி.ஏ.வுக்கு

அவர்கள் தெரிவிக்க விரும்பிய செய்தி இதுதான். உங்கள் உதவி எங்களுக்குத் தேவையில்லை, எங்கள் கோரிக்கையை நாங்களே பார்த்துக்கொள்கிறோம். ஏஞ்சல் போன்றோரைக் கொல்வதை தயவு செய்து நிறுத்துங்கள். முடிந்தால், அரசாங்கத்திடம் சரணடைந்துவிடுங்கள்.

ஈ.டி.ஏ. யோசித்தது. செய்வதற்கு ஒன்றுமில்லை. எனவே ஒரு புன்னகையில் அதைப் புறக்கணித்து விட்டார்கள்.

15

950+750 = ?

அல் காயிதா தொடங்கி பேட்டை பிஸ்தா பிச்சுவா பக்கிரி வரைக்கும் உலகில் எந்த ஒரு போராளி - தீவிரவாத அமைப்போ, தனித்தீவிரர்களோ, பிரிவினைவாதிகளோ இண்டர்வெல் விடாமல் மாதம் மும்மாரி பொழிந்ததில்லை. இது சரித்திரம். ஒரு தாக்குதலுக்கும் இன்னொரு தாக்குதலுக்கும் கண்டிப்பாக ஓரளவு இடைவெளி விட்டே தீருவார்கள். நமக்கு நன்கு அறிமுகமான 'அமரர்' வீரப்பனை எடுத்துக்கொள்ளுங்கள். ஒவ்வொரு ஜம்போ ப்ராஜக்ட் முடிந்ததும் எத்தனை காலம் ஓய்வெடுத்துக்கொண்டுள்ளார்! இடைப்பட்ட காலத்தில் தீர்த்த யாத்திரை போவது மாதிரி மீடியாக்காரர்கள் மூட்டை முடிச்சுகள், புளிசாதம் எல்லாம் கட்டிக்கொண்டு சத்தியமங்கலம் காட்டுக்குப் போய்வரவாவது கொஞ்சம் அவகாசம் வேண்டியிருந்ததல்லவா?

ஈ.டி.ஏ. தவிர்த்த அத்தனை இயக்கங்களுமே இப்ப டித்தான் இருந்திருக்கின்றன, இயங்கியிருக்கின்றன.

இவர்கள் மட்டும்தான் தாக்குதல்களுக்கு இடையே இடைவெளி விடுவதை கவனமாகத் தவிர்த்து வந்திருக்கிறார்கள். பொழுது விடிந்து பேப்பர் புரட்டும்போதெல்லாம் தன்னுடைய பெயர் அதில் எங்காவது ஒரு மூலையில் இடம்பெற்றுவிட வேண்டுமென்பதில் அதி தீவிர கவனம். இதன்பொருட்டு மிகச் சாதாரணத் தாக்குதலுக்கான வாய்ப்பு கிடைத்தால்கூட ஈ.டி.ஏ. தவறவிடுவதில்லை. அர்ஜுனா, செயலின் விளைவில் கவனம் வைக்காதே. செய்வது உன் கடமை. அதைத்தவிர இன்னொன்றை நினையாதே என்று பாஸ்க் மொழியிலும் பகவான் கிருஷ்ண பரமாத்மா பேசியிருக்கிறாரா என்று தெரியவில்லை. ஆனால் அதைத்தான் ஈ.டி.ஏ. செய்துவந்திருக்கிறது.

1997ம் ஆண்டு நிகழ்த்தப்பட்ட ஏஞ்சல் கடத்தல் - படுகொலைச் சம்பவம் ஸ்பெயினில் ஏற்படுத்திய பாதிப்புகள் மிகவும் முக்கியமானவை. பிரிவினை வாதிகள் மீது மக்களுக்கு இருந்த மௌன வெறுப்பும் கோபமும் மிக வெளிப்படையாக வெளியே தெரியத் தொடங்கியது அப்போதுதான். ஈ.டி.ஏ.மீதிருந்த கொஞ்ச நஞ்ச அனுதாபமும் இல்லாமல் போகத் தொடங்கிய காலகட்டம் அது. பாஸ்க் பகுதி மக்களே அவர்களை வெறுக்கத் தொடங்கினார்கள். ஈ.டி.ஏ.வின் பிட் நோட்டீஸ்களை டிஷ்யு பேப்பர்களாகக் கருதி, கை துடைத்து வீச ஆரம்பித்தார்கள். அவர்களது வீர அறிக்கைகள் ஏதாவது வெளிவந்தால், சர்தாம் போப்பா என்று தட்டிக்கொண்டு எழுந்துபோகத் தொடங்கினார்கள். பாஸ்க் மாகாண சட்டமன்றத்தில் தனி தேசம் குறித்து பெரிய அளவில் யாரும் பேசவேண்டாம் என்று உறுப்பினர்களுக்கு மக்கள் மன்றத்திலிருந்து வேண்டுகோள்கள் சென்றன. சந்தர்ப்பம் கிடைக்கும்போதெல்லாம், பாஸ்க்

மக்களின் தனி அடையாளங்கள் பேணப்படுகிற பட்சத்தில் ஸ்பெயினின் ஆளுமையின்கீழ் தன்னாட்சி அதிகாரத்துடன் வசிப்பதே பாஸ்க் பிராந்திய மக்களுக்குப் பாதுகாப்பு என்று எழுதத் தெரிந்தவர்கள் லெட்டர்ஸ் டு தி எடிட்டர் பகுதிகளுக்கு எழுதினார்கள்.

இம்மாதிரியெல்லாம் இதற்குமுன் நிகழ்ந்ததில்லை. ஒரு பயம் இருக்கும். வீட்டுக்குள் புகுந்து காலி பண்ணிவிடுவார்களோ என்கிற பயம். வீதியில் முகமூடி போட்டுக்கொண்டு கொசு மருந்து அடிக்கிறவர்கள் போனால் கூட சொய்யாவென்று விட்டுக்கதவை இழுத்துச் சாத்திக்கொண்டு உள்ளே பதுங்கிக்கொண்டிருந்த மக்கள். ஏஞ்சல் படுகொலை அவர்களுக்கு ஒருவித பாதுகாப்பின்மையை உறுதி செய்தது.

ஐரோப்பிய யூனியனின் முக்கியமான உறுப்பு நாடு, ஸ்பெயின். அத்தனை சுலபத்தில் உள்ளூர் போராளிகள் யுத்தம் தொடங்குவதோ, ஆட்சியைக் கவிழ்ப்பதோ சாத்தியமில்லை. ஒரு அவசர ஆத்திரமென்றால் முன்பெல்லாம் ஈ.டி.ஏவுக்கு ரகசிய உதவிகள் செய்துவந்த பிரான்ஸும் இப்போதெல்லாம் வெளிப்படையாக எதிர்ப்பு தெரிவிக்க ஆரம்பித்திருக்கிறது. தவிரவும் மத்தியக் கிழக்கு போராளி அமைப்புகளின் கரங்கள் நீண்டு ஐரோப்பா, அமெரிக்கா, ஆஸ்திரேலியா, ஆசியா என்று எட்டுத்திக்கும் அதகளம் செய்யத் தொடங்கியிருக்கின்றன. அவர்கள் பொருட்டுச் செய்துவைத்திருக்கும் சிறப்புப் பாதுகாப்பு ஏற்பாடு கள் புல்லுக்கும் ஆங்கே பொசியத்தான் செய்யும்.

தவிரவும் நவீன ஐரோப்பிய சூழலில், குறிப்பாக ஸ்பெயினில் ஈ.டி.ஏ. கேட்கிற தனிநாட்டுக்கான

அவசியத்தை அந்தப் பிராந்திய வாசிகள் தவிர வேறு யாரும் புரிந்துகொள்ளவோ, ஆதரிக்கவோ தயாராக இல்லை. அதற்கான அவசியம் என்னவென்பதே கூடச் சரியாகத் தெரியவில்லை. தலைவர் என்று ஒரு பிரகஸ்பதியின் திருமுகத்தைக் கூட மக்களோ ஆட்சியாளர்களோ கண்டதில்லை. உருவமற்ற ஓர் அமைப்பின் கோரிக்கை - அது என்னதான் நியாயமாக இருந்தாலும் ஏற்கப்படுவதற்கான சாத்தியங்கள் குறைவு. யாரைக் கூப்பிட்டு உட்காரவைத்துப் பேசமுடியும்? பேச்சுவார்த்தைக்கான சாத்தியங்களே இல்லாத நிலையில் வெறும் போராட்டத்துக்கு விளைவு என்று ஒன்று எப்படி சாத்தியமாகும்?

இவ்வாறு பாஸ்க் பிராந்தியத்து மக்களே வெறுப்புற்று மாற்றி யோசிக்கத் தொடங்கியபோதும் ஈ.டி.ஏ.வின் நடவடிக்கைகளில் எந்த மாறுதலும் உண்டாகவில்லை. என் கடன் கடத்துவது, கொல்வது, செய்தித்தாள் கதிமோட்சம் அடைவது என்கிற மூன்று அம்சக் கொள்கையை அப்படியே பேணிப்பாதுகாத்து வந்தார்கள். சிறிதும் பெரிதுமாகத் திட்டங்கள். பல திட்டங்கள் எதற்கு என்றே தெரியாமல் காணாமல் போயின. சில திட்டங்கள் சிறிய அளவில் வெடித்துச் சேதங்கள் உண்டுபண்ணின. காணாமல் போனாலும் செய்தி; கண்டுகொள்ளப்பட்டாலும் செய்தி.

1999 டிசம்பர் 21ம் தேதி அதிகாலை இரண்டு முப்பது மணி இருக்கும். மாட்ரிடிலிருந்து வடக்கே போன நெடுஞ்சாலை ஒன்றில் ஹைவே செக்யூரிடி அதிகாரிகள் அரைத்தூக்கத்தில் போகிற வருகிற வாகனங்களைப் பரிசோதித்துக்கொண்டிருந்தார்கள். எப்போது டியுட்டி முடியும்; வீட்டுக்குப் போய் படுத்துத் தூங்கலாம் என்பதே ஒரே எண்ணம். களைப்பு, குளிர் மற்றும் அலுப்பு.

அந்த நேரத்தில் வாகனப்போக்குவரத்து அத்தனை அதிகம் இருக்காது. பெரும்பாலும் சரக்கு ஏற்றிச் செல்லும் லாரிகளும் பெட்ரோல் டாங்கர்களும்தான்.

'சீக்கிரம் பாத்து அனுப்புப்பா. போய் ஒரு சாய் அடிச்சிட்டு வரலாம்' என்று வரிசையில் செக் போஸ்ட் அருகே நின்றிருந்த வண்டிகளை பைசல் பண்ணிக்கொண்டிருந்தவர்கள், ஒரு குறிப்பிட்ட வேனை நெருங்கியபோது வினோதமாக உணர்ந்தார் கள். டிரைவர் முகத்தில் பதற்றம். தவிரவும் அவசரம்.

'என்னய்யா போவுது வண்டில?'

'கவிச்சிங்க. கொடோன்லேருந்து மார்க்கெட்டுக்குப் போவுதுங்க.'

'ஆடா, மாடா?'

'ரெண்டும் இருக்குதுங்க. ஐயாவுக்கு ஒரு கிலோ எடுத்து வெச்சிரட்டுங்களா? வூட்டுக்குப் போய் எண்ணெய் தேச்சிக் குளிச்சிட்டு, கொழம்பு வெச்சிக் குடிப்பிங்களாம்.'

'தூத்தெரி. கதவத் தொறய்யா.'

அது கசாப்பு வண்டிதான். ஆனால் பார்சல் பெட்டிகளை நகர்த்தியபோது டிரைவர் அதிகமாகப் பதறினான். மிரட்டியபோது தப்பிக்கப் பார்த்தான். இழுத்துப் பிடித்துக் கட்டிவைத்துவிட்டு ஆராயத் தொடங்கியபோது, ஆட்டுக்கறி டப்பாக்களின் அடியே வெடி மருந்துப் பெட்டிகள் இருந்தன. அதிர்ச்சியடைந்து ஒவ்வொரு பெட்டியாக எடுத்து வெளியே வைத்து டார்ச் அடித்துப் பார்த்தார்கள். கறி டப்பாக்களையும் கீழே கொட்டி ஆராய்ந்தார்கள். எடுக்க எடுக்க, வெடி டப்பாக்கள் வந்துகொண்டே

இருந்தன. ஒன்று. இரண்டு. மூன்று. நான்கு. ஐந்து. பத்து. இருபது. ஐம்பது.

மொத்தம் 950 கிலோ வெடிமருந்துகள். கொஞ்சம் பாஸ்பரஸ். கொஞ்சம் ஜெலடின். கொஞ்சம் ஆர்.டி.எக்ஸ். நிறைய நாட்டுச் சரக்கு. அடக்கடவுளே, இதைக் குழம்பு வைத்துக் குடித்தால் என்னாவது?

'எலேய் களவாணிப் பயலே, ஆருடே நீயி?'

திரும்பி அந்த டிரைவரைக் கேட்டபோது அவன் பதில் சொல்லவில்லை. ஒரே தாவு. அருகில் பாதுகாப்புக்கு இருந்த செக்யூரிடி ஆசாமியின் துப்பாக்கியைப் பிடுங்கி ஒரு சிறு தாக்குதல் முயற்சியில் ஈடுபடப் பார்த்தான். ஆனால் அதற்குள் பாய்ந்து அமுக்கிவிட்டார்கள். பரிசோதித்துப் பார்த்ததில் ஈ.டி.ஏ. பரமாத்மாக்கள் அனுப்பியிருந்த விவரம் வெளிவந்தது.

யார் அனுப்பியது? எங்கிருந்து வருகிறது? எங்கே போகிறது? என்ன திட்டம்?

ம்ஹூம். அவன் ஒரு டிரைவர். வெறும் டிரைவர். ஈ.டி.ஏ.வா? எனக்குத் தெரியாது. நான் சரக்கு வண்டி ஓட்டுபவன். சந்தைக்கு சரக்கு கொண்டுபோகச் சொல்லி ஏற்றினார்கள். எடுத்து வந்த பாவம் தவிர வேறொன்றும் நானறியேன் வேதம் தமிழ் செய்த மாறன் சாட்சியாக.

அன்றைய தினசரி செய்தித்தாள்களின் க்ரைம் பீட் ரிப்போர்ட்டர்கள் கடைசிச் செய்தி ஏதாவது இருக்குமா என்று ஸ்டேஷன் ஸ்டேஷனாக போன் அடித்து விசாரித்துக்கொண்டிருந்தார்கள். ஒன்றுமில்லை. தேசம் சுபீட்சமாக இருக்கிறது.

தேனும் பாலும் ஓடாவிட்டாலும் தெய்வானுக்ரஹம் பரிபூரணமாக இருக்கிறது. ஒன்றும் பிரச்னையில்லை என்று சொல்லிவிட்டார்கள்.

ஆனால் அந்த அவுட்டர் ஏரியாவில் மட்டும் பதற்றம் பற்றிக்கொண்டு தலைதெரிக்க ஆடிக்கொண்டிருந்தது. உடனடியாக உயரதிகாரிகளுக்குச் செய்தி பறந்து ஜீப்புகளிலும் சைரன் ஒலித்த கார்களிலும் அவர்கள் வந்து இறங்கி, மாட்டிய வேனைச் சுற்றிச் சுற்றி வந்து வியந்தார்கள். 950 கிலோ வெடிபொருள். உங்கப்பன் வீட்டு சொத்தா? எங்கப்பன் வீட்டு சொத்தா? எங்கே, எந்த இடத்தில் வைக்கவிருந்தார்கள்?

உடனடியாக அன்றைய நிகழ்ச்சிகள் அலசப்பட்டன. இதுதான் திட்டமா? மாற்றுத் திட்டங்கள் உண்டா? ஈ.டி.ஏ.தான் என்பதில் சந்தேகமில்லை. ஆனால் என்ன நோக்கோடு செய்திருக்கிறார்கள். இத்தனை பெரிய சரக்கை என்ன தெனாவட்டு இருந்தால் நெடுஞ்சாலை வழியே வெறும் வேனில் ஏற்றி அனுப்புவார்கள். பாதுகாப்புக்கு ஒரு மொட்டை முகமூடியைக் கூடக் காணோம்?

டிரைவர் அழுதுகொண்டிருந்தான். ஐயா எனக்கு ஒண்ணும் தெரியாதுங்க. நான் அப்புராணி. ஆளவிடுங்க.

நோக்கத்தைப் பின் தொடர முடியவில்லை. சரக்கைப் பாதுகாப்பாக அனுப்பிவிட்டு டிரைவரைக் கைதுசெய்துகொண்டு போனார்கள்.

அதிகாலைச் சமயம் என்பதால் செய்தித்தாள்கள் ஏறக்குறைய பக்கங்களை நிரப்பிவிட்டுப் பல் தேய்க்கப் போய்விட்டன. செய்தி வரவில்லை. அன்று மதியம் மூன்று மணி வாக்கில்தான் காவல் துறை

விஷயத்தை வெளியே சொன்னது. நெடுஞ்சாலையில் அகப்பட்ட 950 கிலோ வெடிபொருள். டிரைவர் கைது. ஈ.டி.ஏவின் திட்டம் என்ன?

கொட்டை எழுத்துகளில் மறுநாள் முதல் பக்கங்கள் நிரப்பப்பட்ட சமயத்தில் அதேபோன்ற இன்னொரு சம்பவம் அரங்கேறியிருந்தது.

அதே தேசிய நெடுஞ்சாலை. முந்தைய சம்பவம் நிகழ்ந்த ஜரகோஸா (Zaragoza) பகுதிக்குச் சற்றுத்தள்ளி அடுத்த செக் போஸ்டில் இன்னொரு வேன் அன்றைய இரவு மடக்கப்பட்டது. இம்முறை மாட்டியது 750 கிலோ வெடிமருந்து.

ஆனால் வெறும் டிரைவர் அல்ல. முகமூடி அணிந்த ஏழெட்டு ஈ.டி.ஏ. வீரர்கள் சரக்குப் பெட்டிகளுக்கு இடையே பதுங்கியிருந்தார்கள். ஆளுக்கொரு கம்பளியைப் போர்த்திக்கொண்டு உருளைக்கிழங்கு மூட்டைகள் போல் உருண்டிருந்தார்கள். போலீஸ் தலை தெரிந்ததும் எழுந்து சுடத் தொடங்கினார்கள்.

உடனே சுதாரித்துக்கொண்ட செக்யூரிட்டி ஆபீசர்கள் சைரன் ஒலித்து ஊரை எழுப்பி, கையோடு வயர்லெசில் தகவல் சொல்லி, நாலைந்து மூட்டை அரசாங்க உருளைக்கிழங்குகளையும் கையோடு வரவழைத்துவிட்டார்கள்.

"la caravana de la muerte" (அழகுத் தமிழில் மரணவாகனம் எனலாம்) என்று மறுநாள் பேப்பர்கள் வருணித்த அந்தச் சம்பவத்தின் இறுதியில் அத்தனை ஈ.டி.ஏக்காரர்களையும் கொன்றுவிட்டு அந்த 750 கிலோ சரக்கையும் வெற்றிகரமாகப் பிடித்த ஸ்பெயின் காவல்துறை வெகுவாகப் பாராட்டப்பட்டது.

ஆனால் சம்பவம் நடந்த பல காலத்துக்கு இந்தச் சரக்கு எடுத்துச் செல்லப்பட்டதன் காரணம் தெரிய வரவேயில்லை. என்னென்னவோ யோசித்தார்கள். எப்படி எப்படி யோகணக்குப் போட்டுப் பார்த்தார்கள். மார்க்கெட் பகுதி, அரண்மனை, நாடாளுமன்ற வளாகம், கட்சி அலுவலகங்கள், காவல் நிலையங்கள் - எதைத் தாக்க உத்தேசித்திருப்பார்கள்?

ம்ஹூம். யூகிக்க முடியவில்லை. ஈ.டி.ஏவும் வாய் திறக்கவில்லை. பிறகு 2001ம் வருஷம் செப்டம்பர் 11ம் தேதி அமெரிக்காவில் வர்த்தக மையக் கோபுரங்கள் அல் காயிதாவில் இடிக்கப்பட்டு உலகம் முழுதும் பேசி மாய்ந்தபோது ஈ.டி.ஏ. தலைமை அசால்டாக ஓர் அறிக்கை வெளியிட்டது. இதென்ன பிசாத்து. நாங்கள் 1999லேயே இப்படியொரு முயற்சியில் ஈடுபட்டோம். கொஞ்சம் பிசகிவிட்டது. அவ்வளவுதான்.

அவர்கள் குறிவைத்தது, மாட்ரிடில் உள்ள டோர் பிக்காசோ *(Torre Picasso)* என்கிற விண்ணளாவிய கட்டடம்.

16

அண்ணன் அல் காயிதா

டவர் பிக்காசோ அல்லது பிக்காசோ டவர் அல்லது டோர் பிக்காசோ என்று மூன்று விதமாக அழைக்கப்படும் அந்த 515 அடி உயரக் கட்டடம், ஸ்பெயினின் முக்கிய அடையாளச் சின்னங்களுள் ஒன்று.

அசப்பில் அமெரிக்காவில் இடிக்கப்பட்ட வர்த்தக மையக் கட்டடம் போலவே தோன்றுகிறதல்லவா? சந்தேகமில்லை. வர்த்தக மையக் கட்டடங்களை வடிவமைத்த ஆர்கிடெக்ட் மினொரு யாமசாகி (Minoru Yamasaki) தான் இதனையும் வடிவமைத்துக் கட்டியவர். தரைக்கு மேலே 43 தளங்கள். தரைக்குக் கீழே ஐந்து தளங்கள். கொசுறாக இயந்திரங்கள் வைக்கப்படும் இரண்டு பெரிய ஹால்கள் அட்டாச்மெண்டாக உண்டு.

சுமார் ஒரு லட்சத்தி இருபத்தி ஓராயிரம் சதுர மீட்டர்கள் பரப்பளவு கொண்ட பிரம்மாண்டமான கட்டடம். பார்க்கிங் பகுதிகள் மட்டுமே 837.

1982ம் ஆண்டு பூமி பூஜை போட்டு 1988ம் ஆண்டு கட்டி முடித்தார்கள். ஸ்பெயினின் மிக உயரமான கட்டடம். பிராந்தியத்தைக் கடக்கும்போது விமானங்கள் கொஞ்சம் எகிறிக் குதித்துத்தான் போகவேண்டும். மொட்டை மாடியில் வற்றல் காயவைத்தால் கண்டிப்பாகக் காக்கா வராது.

ஏராளமான வர்த்தக நிறுவனங்கள், கட்டுமான நிறுவனங்கள், புகழ்பெற்ற ஸ்பானிஷ் ப்ளஸ் சானல் டிவி அலுவலகம் என்று தளத்துக்குத் தளம் வளம் கொழிக்கும் கட்டடம் அது.

ஒரு பிரம்மாண்டமான கட்டடத்தைத் தகர்க்கலாம் என்கிற யோசனை முதல் முதலில் ஈ.டி.ஏவுக்குத்தான் தோன்றியிருக்கிறது. தோற்றுவிட்டார்கள், அல் காயிதா முந்திவிட்டது என்றாலும் முதல் யோசனை அவர்களுடையதுதான். சந்தேகமில்லை.

ஆனால் அல் காயிதாவைப் போல் திட்டமிட்டு அத்தனாம்பெரிய கட்டடத்துக்கு எத்தனை கிலோ வெடிபொருள் தேவையாக இருக்கும், என்னமாதிரி ஆயுதம் சரிப்படும் என்றெல்லாம் ஈ.டி.ஏ. யோசிக்கவில்லை. பத்து பேரைக் கொல்ல இத்தனை கிலோ வெடி மருந்து வேண்டியிருக்கிறதா, அத்தனை பெரிய கட்டடத்துக்குப் போடு ஒரு ரெண்டாயிரம் கிலோ என்று குத்து மதிப்பாகத்தான் திட்டமிட்டிருக்கிறார்கள்.

இரண்டு வேன்களில் சரக்கை ஏற்றி, பிக்காசோ டவரின் அடிப்பாகத்தில் கொண்டுபோய் நிறுத்திவிட வேண்டியது. பிறகு பீடி பற்றவைத்து வீசிவிட்டு வந்தால் கட்டடம் உதிர்ந்துவிடும் என்பது கணக்கு.

பெரிய பாதுகாப்பு ஏற்பாடுகளெல்லாம் கிடையாது. தினசரி ஆயிரக்கணக்கான மக்கள் போய்வருகிற

பிராந்தியம். உள்ளே போய் வண்டியை பார்க் பண்ணுவது பெரிய காரியம் இல்லை. டோக்கன் வாங்கிக்கொண்டு நிறுத்திவிட்டு வந்துவிட்டால் போதும். மிச்சத்தை உள்ளே இருக்கிற சரக்கு பார்த்துக்கொள்ளும். அடித்தளத்தில் வெடிக்க விருப்பதால் கண்டிப்பாக பெரிய பாதிப்பு இருந்தே தீரும் என்று நினைத்தார்கள்.

ஆனால் அத்தனை பெரிய காரியத்துக்கு சும்மனாங்காட்டிக்கு நாலு பேரை வேனில் ஏற்றித் தனியே அனுப்புவது தகாது என்று நினைக்காமல் விட்டார்கள் பாருங்கள்! அங்குதான் தோல்வி எட்டிப்பார்த்தது. பாதுகாப்பு ஏற்பாடுகளில்லாமல் ஹைவேயில் போன வண்டியை நிறுத்தி மடக்கிப் பிடித்துவிட்டார்கள். ஒருநாள். மறுநாளும்.

1700 கிலோ வெடிபொருள் நஷ்டம். சில உயிர்களும். அதன்பிறகு அந்தக் கட்டடத்துக்குப் பிரமாதமான பாதுகாப்புகளெல்லாம் செய்துவிட்டார்கள். திடீரென்று சர்வதேசப் புகழ் வேறு வந்துவிட்டது.

ஆனால் ஒரு விஷயம். வர்த்தக மையக் கட்டடத்தைத் தகர்க்க அல் காயிதா இரண்டு முறை முயற்சி செய்தமாதிரி ஈ.டி.ஏ. இன்னொரு அட்டெம்ப்ட் செய்யவில்லை. ஒரு முயற்சி. ஒரு தோல்வி. அத்தோடு சரி. துடைத்துப் போட்டுவிட்டு பாஸ்க் பல்கலைக் கழகத்தின் இதழியல் பிரிவு அரங்கம் ஒன்றில் அவசர அவசரமாக குண்டு ஒன்று வைத்துவிட்டு அடுத்த கடமைகள் ஆயிரம் உண்டிங்கு மகனே என்று போயேவிட்டார்கள். அந்த குண்டு வெடித்ததா என்று கூடப் பார்க்கவில்லை. (வெடிக்கவில்லை. கண்டுபிடித்துச் செயலிழக்கச் செய்துவிட்டார்கள்.) இம்மாதிரி அடுத்தடுத்த தோல்விகளால்

கொஞ்சம் கூட சோர்ந்து போகவேயில்லையா என்றால், இல்லாமல் எப்படி இருக்கும்? ஆனால் காட்டிக்கொள்ளவில்லை என்பதுதான் விஷயம்.

மேற்படி பல்கலைக் கழக குண்டுச் சம்பவத்தின் தோல்விக்குப் பிறகு குத்து மதிப்பாக ஒரு வருஷம் ஈ.டி.ஏ. எந்த நாசகாரியத்திலும் ஈடுபடவில்லை. அவர்களது சரித்திரத்திலேயே இத்தனை பெரிய இண்டர்வெல் விடப்பட்டதாகத் தெரியவில்லை. 2001 மே மாத வாக்கில் பாஸ்க் முழுவதும் உள்ளாட்சித் தேர்தல்கள் சூடுபிடித்திருந்தன. அந்தச் சமயத்தில் ஏதாவது செய்யலாமே என்று நினைத்து சும்மா கிடந்த கார் ஒன்றில் கொஞ்சம் குண்டு ஏற்றி அனுப்பிவைத்தார்கள். அது வெடித்தும் பயனில்லாமல் போய்விட்டது. பத்திருபது பேருக்கு லேசாக அடிபட்டதுடன் சரி. பலி என்று ஏதுமில்லை.

தனது வேகம் தீர்ந்துவிட்டது என்பதை ஈ.டி.ஏ. புரிந்துகொள்ளத் தொடங்கியது அப்போது தான். யோசித்துப் பார்த்தால் குறைந்தது மூன்று தலைமுறைகளாகத் தொடர்ந்து இயங்கிக்கொண்டிருக்கும் இயக்கம் அது. மிகத் திறமையாகத் தன்னுடைய அங்கத்தினர்களின் பெயர்கள் எதுவும் வெளியெ தெரியாமல் கட்டிக்காப்பாற்றி வந்துள்ள ஒரே இயக்கம். ஈ.டி.ஏவின் தலைவர் யார், தளபதிகள் யார் யார், மதியூக மந்திரி சபை இருக்கிறதா ஒரு இழவும் தெரியாது. எல்லா மூஞ்சிகளிலும் முகமூடி. ஒரே மாதிரி அபாயம் தொடாதே என்று எழுதியிருக்கும் எலும்புக்கூடு போட்ட சிவப்புத் தகரம் மாதிரி கெட்டப்.

இன்றைக்கு வரையும் கூட ஈ.டி.ஏ. இயங்கிக் கொண்டுதான் இருக்கிறது. வருடத்துக்கு நாலைந்து

குண்டுகளாவது வெடிக்காமல் இல்லை. ஆனால் பழைய வீரியம் போய்விட்டது. பல குண்டுகள் சொதப்பிவிடுகின்றன. அதிரடியாகப் பல ஈ.டி.ஏ. உறுப்பினர்கள் சிவில் கார்டு போலீசாரிடம் சிக்கிக்கொண்டுவிடுகிறார்கள்.

என்ன ஆயிற்று?

தெரியவில்லை. யோசித்து யோசித்துப் பார்த்தார்கள். ஏதோ குறைகிறது. என்ன அது? அதன் பெயர் மக்கள் ஆதரவு. சற்று நேர்மையாக யோசித்தால் ஈ.டி. ஏவுக்கு இது புரியாமல் இருக்க நியாயமில்லை. ஆனால் தயக்கம் தடுக்கிறது. 2004ம் ஆண்டு அல் காயிதா ஸ்பெயினில் நிகழ்த்திய தொடர் ரயில் குண்டுத் தாக்குதல் சம்பவம் வரை ஈ.டி.ஏ. இந்த சுய இரக்கத்திலும் சோர்விலும்தான் மூழ்கிக் கிடந்தது. அந்தச் சம்பவத்துக்குப் பிறகுதான் கொஞ்சம் உயிர்பெற்று எழுந்தார்கள் என்று சொல்லவேண்டும்.

மார்ச் 11, 2004. செப்டெம்பர் 11, 2001க்குப் பிறகு நினைவில் இருக்கவேண்டிய இன்னொரு தேதி. அன்றைக்குத்தான் அது நிகழ்ந்தது.

மாட்ரிட் நகரை மயான பூமியாக்க முடிவு செய்து அந்தத் தாக்குதலைத் தீர்மானித்தது அல் காயிதா. பதிமூன்று குண்டுகள். நான்கு ரயில்கள். அனைத்தும் ஒரே பாதையில், ஒரே திசையில் செல்லுகிற ரயில்கள். காலை நேர அவசர சமயம். ஆபீஸ் போகிற அத்தனை பேரையும் ஆண்டவன் சன்னிதானத்துக்கு அழைத்துச் செல்கிற முயற்சி. ரயில்கள் அனைத்தும் காலை ஏழு மணி சுமாருக்குப் புறப்பட்டன. 7.37லிருந்து 7.40க்குள் பத்து குண்டுகள் வெடித்தன. இடம், அடோசா ரயில் நிலையம். மூன்று குண்டுகளும் 190 மனிதர்களும் இறந்தவர்கள் பட்டியலில்.

முதலில் யாருக்கும் அல் காயிதாவின் மீது சந்தேகம் வரவில்லை. ஸ்பெயினில் இப்படியொரு காரியம் என்றால்கண்டிப்பாகஅது ஈ.டி.ஏவாகத்தான்இருக்கும் என்று தீர்மானமே பண்ணிவிட்டார்கள். ஆனால் குண்டு வைப்பில் இருந்த ப்ரொஃபஷனலிஸம், துல்லியமாக அவை வெடித்த நேர்த்தி, ஏற்பட்ட பாதிப்பின் அளவு, யாருமே எதிர்பாராத தினத்தில் (அதுவும் அந்த 11ம் தேதி!) நிகழ்ந்த விதம் (ஈ.டி.ஏ. கொத்தாகக் கொல்ல முடிவு செய்தால் முன்கூட்டி ஒரு பிட் நோட்டீஸ் போட்டுவிடும்.) எல்லாவற்றையும் கூட்டிக் கழித்துப் பார்த்து ரொம்பத் தாமதமாகத்தான் அல் காயிதாவை மோப்பம் பிடித்தார்கள்.

தவிரவும் ஈ.டி.ஏ. ஒரு காரியத்தைச் செய்தால் - அது ஜெயித்தாலும் தோற்றாலும் தாந்தான் செய்தது என்று வெளிப்படுத்துவதில் தயக்கமே கொள்ளாது. அல் காயிதா அப்படியல்ல. ஒரு குண்டு வைக்கிற கணத்தில் ஒசாமா பின்லேடனை போஸ் கொடுக்கவைத்து போட்டோ எடுத்தாலும்கூட, அது நானில்லை. என்னைப்போல் இருக்கும் இன்னொரு உத்தமோத்தமன் என்றுதான் பேட்டி கொடுப்பார்.

இதையெல்லாம் வைத்து அல் காயிதாதான் என்று முடிவுக்கு வந்தபோது விவகாரத்தில் சம்பந்தப் பட்டிருந்த ஆசாமிகள் ஒவ்வொருவரைப் பற்றியும் துப்பு துலங்க ஆரம்பித்தது. மொராக்கோவிலிருந்து ஒருவன். அல் ஜீரியாவிலிருந்து ஒருவன். சிரியாவிலிருந்து ஒருவன். எல்லோருக்கும் பொதுவில் இருந்த ஒற்றுமை, அனைவரும் முஸ்லிம்கள் என்பது. எனவேவும் ஈ.டி.ஏ. இல்லை என்பது நிரூபணமானது. ஈ.டி.ஏ.வில் முஸ்லிம்கள் கிடையாது.

ஆனால் கைதான 29 பேரில் யார் ஒருவரும் நேரடி அல் காயிதா வீரர் இல்லை என்பதும்

கண்டுபிடிக்கப்பட்டது. ஃப்ராஞ்சைசீஸ் முறையில் காரியத்தைச் செய்து கொடுத்த செயல்வீரர்களாகவே அவர்கள் இருந்திருக்கலாம். அல்லது அந்த ஒரு காரியத்துக்காக வாடகைக்கு எடுத்திருப் பார்களாயிருக்கும். பக்காவாகப் பயிற்சியெல்லாம் கொடுத்துத்தான் அனுப்பியிருந்தார்கள் என்றாலும் அவர்கள் அல் காயிதாவின் உறுப்பினர் பட்டியலில் கையெழுத்திட்டு சம்பளம் பெறுகிறவர்கள் இல்லை.

அது கிடக்கட்டும். ஈ.டி.ஏ. இங்கே எங்கே வருகிறது?

வெடிமருந்து ஸ்பெஷலிஸ்டுகளான ஈ.டி.ஏவினர்தான் அல் காயிதா சார்பில் நிகழ்த்தப்பட்ட அந்தத் தாக்குதலுக்குத் தேவையான வெடிபொருள்களை சப்ளை செய்தது. ஒரு விஷயம். அல் காயிதாவுக்கும் ஈ.டி.ஏவுக்கும் சம்பந்தம் கிடையாது. ஒத்த கொள்கை என்று எதுவும் கிடையாது. ஒட்டுறவு? ம்ஹூம். நீயாரோ இங்கு நான் யாரோ என்று பாடவேண்டியதுதான். பெட்டிக்கடையில் சார்மினார் வாங்கிக் கொளுத்திக்கொள்வது மாதிரி ஈ.டி.ஏவிடம் வெடிபொருள் வாங்கியிருக்கிறது அல் காயிதா. அவ்வளவுதான்.

தன் பேட்டையில் இன்னொரு தாதா வந்து கம்பு சுழற்ற ஈ.டி.ஏ. எப்படி, ஏன் சம்மதித்தது என்கிற கேள்வி இங்கு வரலாம். ஸ்பானிஷ் உளவுத்துறை மண்டையைக் குடைந்து யோசித்தும் இதற்கு ஒரு சரியான பதில் கிடைத்தபாடில்லை. அல் காயிதாவுக்கு சப்ளை செய்யும் அளவுக்கு தெம்பு இருக்கிறவர்கள் ஏன் தானே அப்படியொரு காரியத்தைச் செய்திருக்க முடியாது? திடீரென்று நல்லவர்களாகிவிட்டார்களா என்ன?

அப்படியெல்லாம் இல்லை. உண்மையில் ஈ.டி. ஏவுக்கு ஒரு ஆத்ம பரிசோதனை வேண்டியிருந்தது.

அடுத்தடுத்த தோல்விகள். அது கொடுத்த சோர்வு. அயர்ச்சி. அடிக்கடி ஆள்களை இழக்க வேண்டியிருந்ததில் உண்டான பதற்றம். எங்கெ தவறு என்று யோசித்தார்கள். காலத்துக்கு ஏற்பத் தன்னுடைய அணுகுமுறையை மாற்றிக்கொள்ளத் தெரியவில்லையோ என்று கவலைப்பட்டார்கள்.

கண்ணுக்கு முன்னால் அல் காயிதா ஒரு காரியத்தைச் செய்து காட்டுகிறேன் பார் என்கிறது. பார்த்தால்தான் என்ன?

அந்த மாட்ரிட் ரயில் குண்டுச் சம்பவத்தைப் பொறுத்தவரை ஈ.டி.ஏ. வி.ஐ.பி பாஸ் வாங்கிக் கொண்டு காலரியில் அமர்ந்து பார்க்கும் மனோபாவத்தில் மட்டுமே இருந்தது. கடைசிவரை இந்த நிலையிலிருந்து மாறவில்லை. யார் யார் வருகிறார்கள், எத்தனை பேர் வருகிறார்கள், எப்படித் தம்மை ஆயத்தம் செய்துகொள்கிறார்கள், எப்படி குண்டு வைக்கிறார்கள், என்னென்ன முன்னேற்பாடுகள், குண்டுக்குப் பின் என்ன நடக்கிறது, எப்படித் தப்பிக்கிறார்கள் அல்லது சிக்குகிறார்கள், அரசு எப்படி ரியாக்ட் செய்கிறது, புலனாய்வு எப்படி வேகம் கொள்கிறது - அனைத்தையும் வெறும் பார்வையாளராக இருந்து கவனித்தது ஈ.டி.ஏ.

ஒரு சில ஸ்பானிஷ் பத்திரிகைகள் மட்டும் ஈ.டி. ஏதான், ஈ.டி.ஏதான் என்று ரொம்பகாலம் வரை அலறிக்கொண்டே இருந்தன. சில எதிர்க்கட்சிகளும். வெடித்த பொருள் கோமா *2* என்பதால் *(ஏற்கெனவே இது பற்றிப் பார்த்திருக்கிறோம்!)* ஈ.டி.ஏதான் இக்காரியத்தைச் செய்தது என்பது அவர்களுடைய வாதம். ஆனால் கொஞ்சம் கொஞ்சமாக

வெளிநாட்டுப் பிரகஸ்பதிகளின் பெயர்களும் உருவங்களும் வரத் தொடங்க, இந்த வாதம் மெல்ல மெல்லத் தேயத் தொடங்கியது.

ஈ.டி.ஏவைப் பொறுத்தவரை அந்தச் சம்பவம் ஒரு ரெஃப்ரெஷ்மெண்ட். சிலிர்த்துக்கொண்டு இன்று புதிதாய்ப் பிறந்து ஏதாவது செய்யலாம் என்று புத்தம் புதிதாக இயக்கத்துக்கு ஆள் சேர்க்க ஆரம்பித்தார்கள். வயதான ஈ.டி.ஏ. உறுப்பினர்களுக்கு வி.ஆர்.எஸ். கொடுத்து அனுப்பினார்கள். இயக்கத்தை நவீனப்படுத்துவது என்று முடிவு செய்துகொண்டார்கள். ஸ்பெயினில் ஒரு மாபெரும் புரட்சி பண்ணாமல் ஓய்வதில்லை என்பது வீர சபதம்.

17

அமைதி என்பது ஆடம்பரம்

நாநூறு பையன்களைப் புதிதாகப் படையில் சேர்த்தார்கள். அத்தனை பேரும் பதினெட்டுக்கும் இருபத்தைந்துக்கும் இடைப்பட்ட வயதுக்காரர்கள். யார் பெத்த புள்ளைகளோ. துப்பாக்கிச் சனியனைத் தூக்கித் தோளில் மாட்டிவிட்டு, போய்வா என்று ரெட் சல்யூட் அடித்துவிட்டார்கள்.

போர்ப் பயிற்சி முடிந்ததும் அவர்களுக்கு சித்தாந்தப் பயிற்சிகள் நடத்தப்பட்டன. எப்போதும் இந்த ரகப் பயிற்சிகளை ஈ.டி.ஏ. பிரான்ஸில்தான் வைத்துக் கொள்ளும். ஆனால் இம்முறை பிரான்சில் அவர்களால் ஒதுங்க முடியாமல் போய்விட்டது. செப்டெம்பர் *11* சம்பவத்துக்குப் பிறகு பூமிப்பந்தில் இருக்கிற அத்தனை தேசங்களுமே தீவிரவாத இயக்கங்களைப் போஷிக்கிற விஷயத்தில் மிகவும் பயந்தன. கொள்கை யளவில் ஆதரவு, கோட்பாட்டளவு ஆதரவு, பண உதவி ஆதரவு, படைபல ஆதரவு, எதிர்க்காத அளவுக்கு 'நடுநிலை' ஆதரவு என்று பலதரப்பட்ட விதங்களில்

அளித்துவந்த ஆதரவுகளை அப்படி அப்படியே முடக்கிக் கடாசிவிட்டு, இயக்கங்களுக்காக அதுநாள் வரை திறந்துவைத்த கதவுகளை இழுத்துச் சாத்தித் தாழ்ப்பாள் போட்டன.

எனவே தனது புதிய வீரர்களுக்கு ஈ.டி.ஏ. பாஸ்க் மாகாணத்துக்குள்ளேயே சித்தாந்த வகுப்புகள் நடத்த வேண்டியதானது. நாநூறு பேரையும் நாற்பது தனித்தனிக் குழுக்களாகப் பிரித்து, ஆங்காங்கே அகப்பட்ட ஹோட்டல்களில் ரூம் எடுத்து வகுப்பு நடத்தினார்கள். எதற்காகப் போரிடுகிறோம்? ஏன் வேண்டும் தனி தேசம்? என்ன தடை? யார் தடை? நம் பலம் என்ன? எதிரியின் பலம் என்ன? இதுவரை நாம் என்ன சாதித்திருக்கிறோம்? எத்தனை முறை சறுக்கியிருக்கிறோம்? லட்சியத்தில் கடந்து வந்துள்ள தூரம் எத்தனை கிலோ மீட்டர்? இனி ஒவ்வொருவரும் போகவேண்டிய தூரம் எவ்வளவு? அதற்கு என்ன தேவை?

ஒன்று சொல்லவேண்டும். ஈ.டி.ஏ.வில் வீரர்களைக் காட்டிலும் வலுமிக்க சித்தாந்த புருஷர்கள் உண்டு. ஆக்ரோஷமாகப் பேசக்கூடிய பேச்சாளர்கள். மென்மையாகப் பேசியும் மூளைச் சலவை செய்யக்கூடியவர்கள். இதமான ப்ரொபசர்கள் மாதிரி மாணவர்களின் தோளில் கைபோட்டு அவர்கள் பேசுவார்கள். மணிக்கணக்கில், நாள் கணக்கிலும் பேசுவார்கள். காரியம் கைகூடும்வரை அவர்களது பிரசங்கம் நிற்காது.

அல் காயிதா தொடங்கி எத்தனையோ பல இயக்கங்களில் ஆர்வமுடன் சேரவந்துவிட்டுப் பாதியில் கழண்டுகொண்ட இளைஞர்கள் அதிகம். ஆனால் ஈ.டி.ஏவில் இணையவந்துவிட்டுத் திரும்பிப்

போனவர்கள் என்று ஒருவரும் கிடையாது. இது சரித்திரம். இதற்கு முக்கியமான காரணம் ஒன்று உண்டு.

ஈ.டி.ஏ. ஓரளவாவது கல்வியறிவு கொண்டவர்களை மட்டுமே குறிவைக்கிறது. மார்க்சியம் புரியவேண்டு மென்பது அவர்களது முதல் எதிர்பார்ப்பு. வெத்துக்குத் துப்பாக்கி தூக்குகிறவர்கள் இல்லை நாங்கள். அரை பிளேடு கிரிமினல்களுடன் எங்களைச் சேர்க்காதீர்கள். நாங்கள் சித்தாந்தத்தால் உந்தப்பட்டு செயல்படுகிறவர்கள். இழந்தவை அதிகம். வலிகள் மிகுதி. வேதனைகள் சொல்லத் தரமற்றவை. இன்றுவரை போராட்டம் தொடர்கிறது; தொடர்ந்து எடுத்துச் செல்ல இளைஞர்கள் கிடைக்கிறார்கள் என்றால் எங்கள் கோரிக்கையின் வலிமை என்னவாக இருக்கும் என்று சற்று யோசித்துப் பாருங்கள். அதன் நியாயத்தைச் சற்று சிந்தித்துப் பாருங்கள். எந்த வகையிலும் ஸ்பெயின் மக்களுடன் எங்களை அடையாளப்படுத்திக்கொள்ளவே முடியாது. மொழி முதல் கலாசாரம் வரை அனைத்துமே வேறு வேறு. தண்டத்துக்கு நாங்கள் அங்கே தண்டனிட்டுக்கொண் டிருக்கவேண்டியிருக்கிறது.

ஈ.டி.ஏ.வின் ஒரு அறிக்கையில் இவ்வாறு எழுதப்பட்டிருக்கிறது. இந்த மென்மை எல்லா அறிக்கைகளிலும் இருக்கும் என்று எண்ணிவிட வேண்டாம். சோமாறி டேய் என்று தொடங்கி மிரட்டும் அறிக்கைகளும் மிகுதி. ஒவ்வொரு தாக்குதலுக்கும் முன்னால் மக்களுக்கு எச்சரிக்கை விடுத்துவிடவேண்டும் என்பதிலிருந்து உறுதியான கொள்கைகள் பலவற்றைத் தன்வசம் வைத்திருக்கிற இயக்கம் அது. இதனாலேயேகூட தோல்விகளைத் தவிர்க்கமுடியாமல் போய்விடுவதாகப் புலம்பும்

ஆதரவாளர்கள் உண்டு. ஆனால் ஈ.டி.ஏ. தன்னை மாற்றிக்கொள்ள விரும்பியதே இல்லை.

2004க்குப் பிறகு சிலிர்த்துக்கொண்டு எழுந்து ஈ.டி.ஏ. நிகழ்த்திய பல்வேறு குண்டுவெடிப்புகளைப் பட்டியலிட்டால் பக்கம் காணாது. ஆனால் எது ஒன்றுமே அவர்கள் எதிர்பார்த்த கோர விளைவுகளைத் தரவில்லை. கண்டிப்பாகத் தங்களுக்கு ஒரு ஆத்ம பரிசோதனை அவசியம் என்று தோன்றிவிட்டது. கொஞ்சநாள் பேசாதிருந்தார்கள்.

மார்ச் 26, 2006ம் ஆண்டு *Euskal Irrati-Telebista* என்கிற பாஸ்க் தொலைக்காட்சி நிலையத்துக்கு ஈ.டி. ஏவிடமிருந்து ஒரு டிவிடி வந்தது. காரா, பெரியா என்கிற இரண்டு பத்திரிகை அலுவலகங்களுக்கும் அதே டிவிடியின் பிரதி அனுப்பப்பட்டது. ஈ.டி.ஏ. தன் சரித்திரத்தில் முதல்முறையாக போர் நிறுத்தம் என்கிற பதத்தை அதில் பிரயோகித்திருந்தது.

ஆம். நாங்கள் போரை நிறுத்திவிட்டுப் பேச்சுவார்த்தை களில் பங்குகொள்ள விரும்புகிறோம். ஸ்பெயின் அரசாங்கம் ஒத்துழைக்க வேண்டும். எங்களுக்காக உங்கள் இரண்டு காதுகளில் ஒன்றைக் கொடுங்கள்.

நிபந்தனையற்ற போர் நிறுத்தம். யாருமே எதிர்பார்க்க வில்லை. 22ம் தேதி அந்த டிவிடி ஒளிபரப்பப்பட்டு ஸ்பெயின் முழுவதும் மறுநாள் அதே பேச்சாக இருந்தபோது, சொன்னபடி 24ம் தேதி முதல் ஈ.டி.ஏ. தன் போர் நிறுத்த விரதத்தைத் தொடங்கியது.

ஆனால் அவர்கள் எதிர்பார்த்தபடி ஸ்பெயின் அரசியல் வாதிகள் ஒத்துழைக்கவில்லை. பேச்சுவார்த்தைக்கு ஆதரவு தெரிவிக்கலாம் என்று சொன்ன பிரதமரைக் கிண்டலடித்தார்கள். ஆளுங்கட்சிக்குப் பல

தரப்பிலிருந்து எதிர்ப்புகள் முளைத்தன. மக்களே வோட்டை மாற்றிப் போட்டுவிடுவோம் என்று அச்சுறுத்தத் தொடங்கினார்கள்.

ஈ.டி.ஏ. கடுப்பானது. உங்களைத் திருத்தவே முடியாதா என்று ஏக்கமுடன் கேட்டது. ம்ஹூம், முடியாது என்று சொன்னார்கள். ஆனால் ஸ்பெயினின் பிரதமர் ஜோஸ் லூயி ஜபாடரோ *(Jose Luis Rodriguez Zapatero)* அமைதி, அமைதி என்று ஓயாமல் கத்திக்கொண்டே இருந்தார். எல்லாம் சரியாகிவிடும். எல்லாவற்றையும் சரி செய்துவிடலாம். அமைதி முயற்சியில் யாரும் நம்பிக்கை இழக்க வேண்டாம். என் அமைச்சரவை சகாக்கள் தொடர்ந்து ஈ.டி.ஏவின் பிரதிநிதிகளுடன் பேச்சுவார்த்தை நிகழ்த்துவார்கள். யாரும் சந்தேகப்படவேண்டாம். எது பற்றியும் அச்சப்படவேண்டாம்.

பேச்சுவார்த்தை நடக்கத்தான் செய்தது. ஸ்பெயின் அரசுப் பிரதிநிதிகள் பாஸ்க் மாகாணத்திலேயே இடம் பிடித்து வந்து பேச உட்கார்ந்தார்கள். பதில் மரியாதையாக அடுத்த ரவுண்டுக்கு ஈ.டி.ஏவின் பிரதிநிதிகள் (கவனமாக உறுப்பினர்களைத் தவிர்த்து, பாஸ்க் பிரதேசத்து மக்கள் பிரதிநிதிகளைத் தம் கருத்துக்களை எடுத்துச் சொல்லுமாறு அனுப்பியது ஈ.டி.ஏ.) மாட் ரிடுக்குப் போய்வந்தார்கள். விருந்து உபசாரங்கள், கேளிக்கைகள் எதிலும் யாரும் எந்தக் குறையும் வைக்கவில்லை. ஆனால் கோரிக்கைகள்?

அது கவனமாக குப்பைக்கூடைக்குள் தான் ஒவ்வொரு முறையும் போடப்பட்டது. பாஸ்கைப் பிரிப்பது என்பதில் ஸ்பெயின் அரசாங்கத்துக்கு உடன்பாடு கிடையாது. இப்போது என்றில்லை. எப்போதுமே. ஆனால் அளிக்கப்பட்டிருக்கும்

தன்னாட்சி அதிகாரங்களிலேயே இன்னும் கொஞ்சம் சேர்த்துத் தரத் தயார் என்று அவர்கள் சொன்னார்கள். இன்னும் கொஞ்சம் பேரம் பேசினால், ஈ.டி.ஏவையே ஆட்சியமைக்கச் சொல்லக்கூடிய வரைக்கும் கூட இறங்கிவரத் தயாராகவே இருந்தார்கள்.

ஆனால் ஈ.டி.ஏ. கேட்டது, கேட்பது அதுவல்ல. முழு பாஸ்க். தனி பாஸ்க். சுதந்தர பாஸ்க். ஸ்பெயினுக்கும் தனக்கும் எந்தச் சம்பந்தமும் இல்லை - அண்டை தேசம் என்பது தவிர. இதுதான். இது ஒன்றுதான். இது மட்டுமேதான்.

சர்தாம்போய்யா என்று ஒரு பேச்சுவார்த்தை சமயத்தில் ஸ்பெயின் அதிகாரிகள் வெறுத்து எழுந்து போய்விட்டார்கள். விளைவு, செப்டெம்பர் *23, 2006* அன்று அரித்சுலேகி *(Aritxulegi)* என்கிற இடத்தில் திடீரென்று ஒரு மேடை போட்டு மக்களைக் கூப்பிட்டு ஏழெட்டு ஈ.டி.ஏ. வீரர்கள் அவர்கள்முன் ஆயுதங்களுடன் தோன்றினார்கள்.

என்ன நினைத்துக்கொண்டிருக்கிறார்கள் ஸ்பெயின் அரசாங்கத்தினர்? நாங்கள் போர் நிறுத்தம்தான் செய்திருக்கிறோம். ஆனால் இன்னும் ஆயுதங்களைத் தோளிலிருந்து இறக்கவில்லை. சுதந்தர பாஸ்க், சோஷலிச ஆட்சி என்கிற எங்கள் கனவு நனவாகும்வரை போராட்டத்திலிருந்து ஓய்ந்துவிடு வோம் என்று மட்டும் கனவு காணவேண்டாம். தூக்கிய ஆயுதத்தை இயக்குவதற்கு ரொம்ப நேரம் ஆகாது. பீ கேர்ஃபுல்.

இந்தப் 'பொதுக்கூட்ட' அச்சுறுத்தலை சில பத்திரிகைகள் கவர் செய்திருந்தன. புகைப்படங் களுடன் கொட்டை எழுத்தில் செய்தியைப் பிரசுரித்திருந்தன. உடனடியாக கேபினட்

கூட்டப்பட்டது. ஈ.டி.ஏவை நம்பி அமைதிப்பேச்சு நடத்துவது சரியா?

விவாதம் சூடு பிடித்தது. எதிர்க்கட்சிகள் கிழிகிழியென்று கிழித்துக்கொண்டிருந்தன. ஈ.டி. ஏவுக்கு இன்று பலமில்லை. அது ஒரு செத்த பாம்பு. எடுத்துச் சென்று போட்டுக் கொளுத்திவிட்டுத் திரும்ப அரசுக்குத் துப்பில்லையா? அவர்களிடம் இன்று ஆயுத பலம் இல்லை. ஆள் பலமும் குறைவு. முன்னைப்போல் அவர்கள் வெடிமருந்து தயாரிப்பதில்லை. வெளியிலிருந்துதான் வாங்குகிறார்கள் என்று கேள்விப்படுகிறோம். இருந்த ஆயுதச் சாலைகளையெல்லாம் அழித்தாகிவிட்டது. மிச்சமிருக்கும் சில பெருச்சாளிகளை ஒழித்துக்கட்ட வக்கில்லையா அரசுக்கு?

இதெல்லாம் நடந்துகொண்டிருந்தபோதே பிரான்சின் ஒரு ஆயுதப் பாதுகாப்புக் கிடங்கிலிருந்து ஓரிரவு முன்னூறு கையெறி குண்டுகளும் சில நூறு துப்பாக்கிகளும் காணாமல் போயின. கண்டிப்பாக அது ஈ.டி.ஏவின் வேலையாகத்தான் இருக்கும் என்று பிரான்ஸ் அரசு சொன்னது. ஸ்பெயினுக்கு நெருக்கடி அருகே வந்துவிட்ட மாதிரி தோன்றியது.

சொல்லிவைத்த மாதிரி நவம்பர் 4ம் தேதி ஜூடாப் *(Zutabe)* என்கிற ஸ்பானிஷ் பத்திரிகை ஈ.டி. ஏவின் அறிக்கை ஒன்றைப் பிரசுத்தது. ஸ்பெயின் அரசாங்கம் அமைதிப்பேச்சுக்கு மதிப்புக் கொடுத்து நடவடிக்கை எதுவும் மேற்கொள்ளாவிட்டால் ஈ.டி.ஏ. கனத்த மனத்துடன் தங்கள் பழைய பாதைக்கே திரும்பவேண்டியிருக்கும் என்று எச்சரித்தது அந்த அறிக்கை.

இரு தரப்பும் மாற்றி மாற்றி அறிக்கைகள் விட்டுக்கொண்டார்கள். அமைதி, அமைதி என்று ஜபம் பண்ணிக்கொண்டே அதை எப்படிக் கழுத்தை நெரித்துக் கொல்லலாம் என்று யோசித்தார்கள். ஒருவழியாக டிசம்பர் 30ம்தேதி அது நடந்தது.

அமைதிப்பேச்செல்லாம் தங்களுக்கு ஆடம்பரம் என்று ஈ.டி.ஏவுக்குத் தோன்றிவிட்டது. சிலிர்த்துக் கொண்டு புறப்பட்டது ஒரு படை. ஒரு வேனில் முப்பத்தைந்து கிலோ வெடிமருந்தை ஏற்றிவிட்டு மூன்று வெவ்வேறு இடங்களுக்கு போன் செய்து வழக்கப்படி அறிவித்தார்கள். ஈ.டி.ஏ. அழைக்கிறது. வேன் வெடிக்கிறது.

அதற்குப் பிறகு பேச்சாவது வார்த்தையாவது?

அவ்வப்போது குண்டுகள். அவ்வப்போது துப்பாக்கிச் சூடுகள். இன்றும் தொடர்கிறது ஈ.டி.ஏவின் லீலைகள்.

ஸ்பெயினின் நிரந்தரத் தலைவலி என்று ஈ.டி. ஏவை வருணிப்பவர்கள் உண்டு. அவர்கள் இல்லாது போயிருந்தால் பாஸ்க் பழங்குடி மக்கள் இந்நேரம் அமெரிக்க செவ்விந்தியர்களைப் போல் அட்ரஸே இல்லாது போயிருப்பார்கள் என்று சொல்லுகிறவர்களும் உண்டு.

நியாயம் என்பது எப்போதும் இரண்டு வகைப்படும். என் நியாயம். உன் நியாயம். இடம், காலம், தேச வரையறைகளுக்கு அப்பாற்பட்டது இது. எங்கும் உண்டு இரண்டு நியாயங்கள். இரண்டையும் ஏற்கவும் இரண்டையும் எதிர்க்கவும் எப்போதும் உண்டு இரண்டுவிதக் கூட்டங்கள்.

நவீன உலகில் உண்மை என்பதைவிட, நியாயம் என்பதே அதிகம் பேசப்படுகிற விஷயமாக

இருக்கிறபடியால் இந்த உரசல்களைத் தவிர்க்கமுடியாமல் போய்விடுகிறது.

அட நம்மூரில் ஒரு நடுவர் மன்றத் தீர்ப்புக்கு ஒரு மதிப்பு மரியாதை தருகிற வழக்கம் இருக்கிறதா? எனக்கு என் நியாயம், உனக்கு உன் நியாயம். அவ்வளவுதான். இதனால்தான் பிரிவினைவாதிகளின் குரலும் குஸ்தியும் அவ்வப்போது தேய்வதுபோலத் தோன்றினாலும் இறந்துவிழாமல் எப்போதும் இருப்பதாகிறது.

நிகழும் 2007ம் வருஷத்து ஜூலை மாதம் வரைக்கும் ஈ.டி.ஏ. மூன்று மாதங்கள் அல்லது ஆறு மாதங்களுக்கொரு குண்டு வைத்துக்கொண்டுதான் இருக்கிறது. அறிக்கைகளில் அனல் பறந்துகொண்டுதான்இருக்கிறது. சில குண்டுகளுக்குச் சிலர் இறக்கிறார்கள். சில அறிக்கைகள் சிலருக்குக் கோபமூட்டுகின்றன.

மூட்டுவலியுடன் வாழப்பழகிவிட்ட வயோதிகக் கிழவி போல் ஈ.டி.ஏவைச் சகித்துக்கொள்ளப் பழகிவிட்டது ஸ்பெயின். இன்னும் ஓயாத புரட்சிக் கனவுகளுடன் அடுத்த குண்டை எங்கே வைக்கலாம் என்று ஆராய்ச்சி பண்ணிக்கொண்டிருக்கிறது ஈ.டி.ஏ.

○○○

www.ingramcontent.com/pod-product-compliance
Ingram Content Group UK Ltd.
Pitfield, Milton Keynes, MK11 3LW, UK
UKHW042124021026
15589UKWH00003B/592
9 789393 882745